चिकन सूप फॉर द सिस्टर्स सोल

भाग - ३

आयुष्यभरासाठीचा प्रेम आणि हास्याचा उत्सव

लेखक व संकलन
**जॅक कॅनफिल्ड / मार्क व्हिक्टर हॅन्सन
पॅटी ऑबेरी आणि केली मिशेल झिमरमन**

अनुवाद
विनीता जोगळेकर

मेहता पब्लिशिंग हाऊस

CHICKEN SOUP FOR THE SISTER'S SOUL PART-3
by JACK CANFIELD, MARK VICTOR HANSEN, PATTY AUBERY
AND KELLY MITCHELL ZIMMERMAN

© 2006 Jack Canfield and Mark Victor Hansen
Published under agreement with Health Communications Inc., Deerfield
Beach,Florida, U.S.A. All rights reserved
Marathi Language Translation Copyright © 2016 by Mehta
Publishing House.
Translated into Marathi Language by Vinita Joglekar

चिकन सूप फॉर द सिस्टर्स सोल भाग – ३

अनुवाद   : विनीता जोगळेकर
               ९१७/१९क, हेमलता, फर्ग्युसन कॉलेज रस्ता, पुणे ४११००४
               ℂ ०२०-२५६५५३२१

मराठी अनुवादाचे व प्रकाशनाचे हक्क मेहता पब्लिशिंग हाऊस, पुणे.

प्रकाशक   : सुनील अनिल मेहता, मेहता पब्लिशिंग हाऊस,
               १९४१, सदाशिव पेठ, माडीवाले कॉलनी, पुणे – ४११०३०.

मुखपृष्ठ   : मेहता पब्लिशिंग हाऊस
आतील चित्रे : घन:श्याम देशमुख
प्रथमावृत्ती   : सप्टेंबर, २०१६

P Book ISBN 9789386175151

एखाद्याशी बहिणीचं नातं असणं म्हणजे
नेमकं काय याचा अर्थ ज्यांनी जाणलाय,
अशा सर्वांना हे पुस्तक अर्पण असो.

हे काही केवळ रक्ताचं नातं नसतं.
ते सदैव एक मित्र,
एक मार्गदर्शक ज्योत बनून राहणं असतं.

अनुक्रमणिका

१

हृदयांं
बहिणीच...

आपण कोणाचीतरी बहीण असणं आणि आपल्याला बहीण असावी असं वाटणं, ही आपली आदिम आणि तीव्र इच्छा असते. स्त्रीनं कोणत्या कुटुंबात जन्म घेतलाय, याच्याशी त्याचा संबंध असतो किंवा नसतोही. जिच्याशी आपलं रक्ताचं, शरीराचं नातं असेल, आपला भूतकाळ आपली भविष्यातली स्वप्नं जिच्यासोबत वाटून घेता येतील अशी कोणी व्यक्ती असावी, अशी आपली मनोमन इच्छा असते.

– एलिझाबेथ फिशेल

देण्यातला आनंद उलगडतो तेव्हा...

मैत्री ही आयुष्यातली सर्वांत मधुर गोष्ट आहे.

– चार्ल्स् स्परजिऑन

सोव्हिएट अधिपत्याखालील हंगेरी हा आमचा देश सोडून आजी-आजोबांबरोबर शेजारी राष्ट्र ऑस्ट्रियात आम्ही पलायन केलं, तेव्हा मी अकरा वर्षांची होते. पाठीवरच्या कपड्यांच्या बॅगशिवाय आमच्याजवळ काहीच नव्हतं. तिथून थोड्याच दिवसांत आमची रवानगी निर्वासितांच्या छावण्यांत करण्यात आली. असेच शेकडो निर्वासित तिथं होते. ते साल होतं १९४७.

स्पित्तलचा हा डी. पी. कँप हे आमचं नवं घर म्हणजे ओळीनं उभ्या सैनिकांसारख्या जोडलेल्या बराकींची स्वयंपूर्ण छावणी. नजर पोचत होती तिथपर्यंत नुसत्या बराकीच बराकी! ही छावणी अतिशय कोंदट आणि उदासवाणी होती; पण तरीही गेली सहा वर्षं युद्धानं छकलं केलेल्या आमच्या देशातल्या जीवनाच्या पार्श्वभूमीवर ही आमच्या आयुष्यात झालेली थोडी सुधारणाच म्हटली पाहिजे! आमच्या डोक्यावर छप्पर होतं, रोजच्या रोज आम्हाला खायला मिळत होतं. यू. एस्. आणि इतर अनेक देशांतून येणाऱ्या कपड्यांमुळे अंग झाकायला कपडाही मिळत होता.

तरीही म्हटलं तर आमच्यापैकी बहुतेकांच्या हातात पैसेच नसत. कपड्याचं वाटप कधी होतंय याकडे आमचे डोळे लागून राहत. ते सर्वसाधारणपणे वसंताच्या सुरुवातीला एकदा आणि हिवाळ्याच्या सुरुवातीला एकदा होत असे. ते कपडे जर अमेरिकेहून आलेले असले, तर आम्हाला फारच आदर वाटे; कारण आमच्यापैकी बहुतेकजणी अमेरिकेत जाण्याची स्वप्नं उराशी बाळगून होत्या.

अर्थातच कपडे नवे नसत पण स्वच्छ असत आणि ते मिळाल्याबद्दल आमच्या मनात उपकाराचीच भावना असे. आम्ही सगळेच याचक होतो, त्यामुळे कोणीएक अधिक चांगला दिसण्याची शक्यताच नसे. १९५० च्या हिवाळ्यापर्यंत ही परिस्थिती होती; पण त्याच हिवाळ्यामध्ये परमेश्वरानं मला– एका कुमारवयीन निर्वासित मुलीला, जिच्याजवळ स्वतःचं चांगलं असं काहीच नव्हतं तिला– काही काळतरी उठून दिसण्याची संधी दिली.

आम्ही सगळेच एका वार्टपकेंद्रात थंडीतल्या उबदार कपड्यांसाठी रांगेत उभे होतो. तिथल्या एका मुख्य अधिकाऱ्यानं बाहेर येऊन जाहीर केलं, की "ह्या वर्षी अमेरिकेतल्या एका अतिशय सधन स्त्रीनं निर्वासिनांसाठी एक दुर्मिळ अशी गोष्ट देणगी म्हणून पाठवलीय. अतिशय सुंदर विविधरंगी फरचा कोट– तरुण मुलीच्या मापाचा.'' आम्हाला दिसावा म्हणून त्यानं तो वर धरला. ''वा!'', ''अहाहा!'' भोवतालच्या गर्दीतून असे उद्गार आले.

''आमच्याजवळ असा एकच कोट आहे आणि इथे तरुण मुली संख्येनं खूपच आहेत. तेव्हा आम्ही नावाची चिठ्ठी काढायची, असा निर्णय घेतलाय. मुलींनी वर येऊन तो कोट घालून पहावा. तो आपल्या मापाचा आहे असं वाटल्यास एका कागदावर आपलं नाव लिहून तो कागद या पेटीत टाकावा. त्यातून भाग्यवान विजेतीचं नाव काढलं जाईल.''

''तो कोट तुला होईल असं वाटतंय,'' माझी आजी म्हणाली. गर्दीत ती माझ्या शेजारीच उभी होती. ''जा, जा. घालून बघ आणि तुझ्या नावाची चिठ्ठी टाकून ये पेटीत.'' मी पुढे गेले आणि तसं केलं. अतिशय मऊ मुलायम स्पर्श होता त्याचा आणि होताही खूप सुरेख! तो आपल्याला मिळावा यासाठी माझं मन आक्रोश करू लागलं. अर्थात तिथल्या प्रत्येक मुलीच्या मनाची अवस्थाही अशीच असणार.

खूप वेळानं एक लहान मुलगी त्या बॉक्सपाशी गेली आणि तिनं एक चिठ्ठी उचलली.

'रेनी झिलाक.'' तिथल्या प्रमुखानं ओरडून नावाची चिठ्ठी हवेत फडफडवली. ''या तरुणीनं वर येऊन कोट घेऊन जावा.''

मी बधिर होऊन तिथे उभी होते. आजीन कोपरानं ढोसेपर्यंत माझा त्यावर विश्वासच बसत नव्हता. शेवटी मी वर गेले. शेकडो डोळे माझ्यावर खिळल्याचं मला जाणवत होतं. कोट अंगावर चढवून मी परत फिरले. भोवतालच्या गर्दीतून कानावर आलं, ''तू खरंच राजकन्या वाटत्येय्स!'' हा टायबरचा आवाज होता. आमच्या शाळेतला सगळ्यात गोड मुलगा. मी लाजून चूर झाले; पण मला वाटलं, एखाद्या राजकन्येसारखीच मी डौलात चालत होते.

''अमेरिकेतल्या कोणी एका मुलीनं हा कोट दान दिलाय, यावर माझा विश्वासच बसत नाहीये,'' मी आमच्या बराकीकडे येताना पिरी नावाच्या माझ्या मैत्रिणीला म्हटलं.

''कदाचित तो तिला आता होत नसेल,'' पिरीनं आपलं मत व्यक्त केलं.

''पण तो इतका सुंदर आहे, की तो मी मात्र कधीच कुणाला दान देऊ शकणार नाही. मला होईनासा झाला, तरी जन्मभर तो माझ्याकडेच ठेवीन.'' मी निश्चयानं म्हणाले.

पिरी माझ्याहून दोन वर्षांनी लहान होती. सख्खी बहीण असती तर जितकी जवळची असती, तितकीच जवळीक तिच्यात व माझ्यात होती. आम्ही एकाच बराकीत राहत होतो. तिचे वडील आजारी होते, त्यामुळे तिची आई सतत त्यांच्या

सेवेत असे. त्यामुळे पिरी बहुसंख्य वेळा माझ्याबरोबर आमच्या कुटुंबात असे. कायम वास्तव्यासाठी अमेरिकेला जाता यावं यासाठी आम्ही सगळ्यांनीच अर्ज केला होता. त्यामुळे भविष्यात त्या नव्या देशात आमचं आयुष्य कसं असेल, याची स्वप्नं रंगवण्यातच आमचा बहुतेक वेळ जात असे.

१९५०-५१ सालचा हिवाळा माझ्या कायम स्मरणात राहील. मी चौदा वर्षांची झाले. जेव्हा जेव्हा तो कोट माझ्या अंगावर असे; तेव्हा मला आपण राजकन्याच आहोत असं वाटे. जेव्हा मी शाळेत जात असे, तेव्हा सर्वसाधारणपणे मुलींवर बर्फाचे गोळे फेकण्यासाठी दबा धरून बसलेले मुलगे मला मात्र काही त्रास न देता जाऊ देत असत. मुली माझा हेवा करत असतील किंवा कदाचित कौतुक करत असतील; पण मला एक गोष्ट नक्की ठाऊक होती, की त्यांच्या नजरा माझ्यावरून ढळत नसत.

कालांतरानं वसंताचं आगमन झालं. मग मोठ्या अनिच्छेनंच मी माझा कोट पेटीमध्ये ठेवून ती माझ्या पलंगाखाली ठेवली. तो ठेवताना मला राग येत होता. मनात कुठेतरी हेही होतं, की ''पुढच्या हिवाळ्यात तो माझाच असणार आहे.''

थोड्याच दिवसांत आम्ही ज्या बातमीची आतुरतेनं वाट पाहत होतो, ती बातमी येऊन थडकली. आमची कागदपत्रं संमत झाली होती. सप्टेंबरमध्ये आम्ही जहाजावर चढणार होतो. तेच आम्हाला आमच्या नव्या देशी घेऊन जाणार होतं. युनायटेड स्टेट्स ऑफ अमेरिकेला! ही अत्यंत महत्त्वाची बातमी सांगायला मी पिरीकडे धावले, त्यांचेही कागदपत्र आले असतीलच ही खात्री बाळगून. पण ती बराकीच्याच बाहेर बसलेली दिसली. रडूनरडून तिचे डोळे अगदी लाल झाले होते.

''काय गं झालं?'' काय झालं असेल, याचा मला थोडा अंदाज आलाच होता.

''अगं, आमची कागदपत्रं त्यांनी संमत केली नाहीत. ते म्हणतात, बाबांना टी.बी. आहे. निरोगी लोकच फक्त अमेरिकेला जाऊ शकतात म्हणे!'' तिनं शांतपणे सांगितलं. सगळं जग माझ्याभोवती गरकन् फिरलं. पुढचे काही महिने आम्ही एकमेकींना अगदी चिकटल्यासारखेच काढले. पण हाय! अपरिहार्यपणे एकमेकींपासून फारकत घेण्याचा तो दिवस जवळ आलाच.

१ ऑगस्ट १९५१ ला, निर्वासितांना दूर घेऊन जाणाऱ्या ट्रकमध्ये चढण्यापूर्वीच मी आणि पिरीनं एकमेकींचा निरोप घेण्याची तयारी केली. तो ट्रक आम्हाला साल्झबर्गला घेऊन जाणार होता. तिथून जर्मनीतील ब्रेमेन पोर्टला जाण्यापूर्वी आम्हाला लशी टोचण्यात येणार होत्या. तिथंच आम्ही आम्हाला नव्या देशात नेणाऱ्या जहाजावर चढणार होतो.

''मला विसरणार नाहीस ना? पत्र पाठव मला.'' पिरीनं म्हटलं. मला मिठी मारून रडताना तिच्या फिकुटलेल्या गालांवरून आसवं ओघळत होती. शेजारी उभ्या असलेल्या तिच्या आईलाही शोक आवरत नव्हता. वस्तुस्थितीची खरी जाणीव मला स्पर्शून गेली.

आम्ही आता पुन्हा एकमेकींना कधीच भेटणार नव्हतो. एका विस्मयकारक नव्या जगात आम्ही आमचं आयुष्य त्यांना मागे सोडून नव्यानं सुरू करणार होतो.

ह्या माझ्या धाकट्या बहिणीचं दु:ख हलकं करण्यासाठी तात्काळ काहीतरी केलं पाहिजे, हे मला जाणवलं. मी क्षणात दूर झाले आणि आजोबांच्या मागे धावले. ट्रकमध्ये एक मोठं खोकं घेऊन ते चढणार, इतक्यात काहीही स्पष्टीकरण न देता त्यांच्या हातून मी ते खोकं हिसकावून घेत पिरीकडे परत आले.

"हा कोट मला तुला द्यावासा वाटतोय. मी तुला जन्मात कधीच विसरणार नाही. जिच्यावर मी माया करते त्या माझ्या धाकट्या बहिणीला मी कशी विसरेन?" ते खोकं तिच्या हातात कोंबत मी म्हणाले.

"पण... पण, हा कोट तू कधीच कुणाला दान देणार नाही म्हणाली होतीस ना?" पिरीनं चाचरत म्हटलं.

"अगं, मी काही दान करत नाही हा कोट; मी तो माझ्या धाकट्या बहिणीच्या सुपूर्द करतेय फक्त!" मी म्हणाले. माझ्या डोळ्यांना धारा लागल्या होत्या आणि धावत येऊन मी ट्रकमध्ये चढले. तो निघण्याच्याच तयारीत होता.

भरल्या डोळ्यांनी उत्सुकतेनं ते खोकं घट्ट पकडून आनंद आणि दु:ख अशा दोलायमान अवस्थेत उभ्या असलेल्या पिरीच्या चेहऱ्यावरचे भाव मी विसरू म्हटलं तरी कधी विसरणं शक्यच नाही. माझ्यासारख्या चौदा वर्षांच्या एका अतिशय लोभी स्वार्थी मुलीला देण्यातला आनंद त्या क्षणी उलगडला होता. मला मिळालेल्या स्वातंत्र्याच्या अनोख्या भेटीपुढे तो कोट भेट म्हणून देऊन टाकणं ही गोष्ट अगदी क्षुल्लक होती, हे मला कळत होतं; पण त्या क्षणी देऊन टाकण्यासारखी तेवढी एकच गोष्ट माझ्यापाशी होती.

पिरीला कळवू शकेन असा कायमचा पत्ता आम्हाला मिळण्यासाठी नोव्हेंबरचा मध्य उजाडावा लागला.

१९५१ च्या ख्रिसमसपूर्वी काही दिवस आधी पिरीचं आनंदात असल्याचं पत्रोत्तर मला मिळालं. त्यात तिनं एक फोटो पाठवला होता. लांब कुरळ्या केसांची हसरी आनंदी मुलगी त्या फोटोत होती. तिच्या अंगावर सुरेखसा रंगीबेरंगी फरकोट होता. ती खरोखर राजकन्याच भासत होती.

आणि ते पाहून माझं हृदय आनंदानं भरून आलं, नाचू लागलं!

— रेनी (झिलाक) बर्घर्ट

मनापासूनची बहीण

बहिणीबहिणींतलं मूलपण कधीच संपत नाही. "मला सोडून जाऊ नको," ते म्हणतं, "माझा त्याग करू नको..."

– लुईस बर्निकोव्ह

मला सख्खी बहीण नाही. आपल्याला बहीण असायला हवी, असं मला लहानपणापासून वाटत असे. माझ्या आसपासच्या कुटुंबांत आणि माझ्या मित्रमैत्रिणींना बहिणी होत्या आणि त्याचं त्यांना अप्रूप वाटे. आईच्यात आणि माझ्यातही मैत्री आहे; पण तरीही ती तशी नाही. बहिणीबहिणींना मी बोलताना बघते, तेव्हा त्यांच्या डोळ्यांत ती विशिष्ट चमक मला दिसून येते. एखाद्या मैत्रिणीशी खूप जवळचं नातं असतं, त्यापेक्षाही बहिणीबहिणींच्यात अधिक काहीतरी गहिरं असं असतं. मला आयुष्यात अनेक मैत्रिणी मिळाल्या. त्या माझ्या बहिणीसारख्याच होत्या, ही मोठी समाधानाची गोष्ट आहे; पण तरीही त्या संबंधात ते खास नातं नव्हतं, जे आपलं आपल्या सख्ख्या बहिणीशी असतं, असं मला नेहमी वाटत असे.

माझ्या एका मैत्रिणीचं म्हणणं असं, की एकीनं दुसरीचा जीव वाचवण्यासाठी आपली किडनी दान करणं, ही खरंतर त्या बहिणींच्या नात्याची परीक्षा असते.

मीही माझ्या एखाद्या मैत्रिणीचा जीव वाचवण्यासाठी माझी किडनी देऊ करीन, हे मला माहीत आहे. पण माझ्या मते बहिणींच्या नात्यात ह्यापेक्षा नक्कीच काहीतरी जास्त असलं पाहिजे. एखाद्या गंभीर आजारात सतत बरोबर असणं ही खरी बहीण असण्याची (बहीणपणाची) कसोटी आहे, असा माझा विश्वास आहे. तुमचं ज्या व्यक्तीवर प्रेम आहे त्या व्यक्तीला एकवेळ किडनी देणंसुद्धा सोपं आहे; पण त्यानंतरचं काय? शरीरानं ते नाकारलं तर, मूत्रपिंड निकामी झालं तर, हार्ट ॲटॅक आला, डायलिसिस करावं लागलं, तर केवढं नुकसान? आजारी बहिणीच्या शुश्रूषेसाठी किडनी दान करणारी तिथं असेल का? जेव्हा माझ्या ओव्हेरियन कॅन्सरचं निदान झालं, तेव्हा माझी मैत्रीण लिंडा हिनं मात्र हे सगळं केलं माझ्यासाठी. ती माझ्याबरोबरच होती, ऑपरेशनच्या आदल्या दिवशी आणि ऑपरेशच्या दुसऱ्या दिवशीही.

कॅन्सरचं निदान होण्यापूर्वी काही आठवडे मी हृदयविकारानं आजारी होते.

माझ्या हृदयाचे स्नायू शिथिल झाले असल्याचं मला डॉक्टरांनी सांगितलं होतं. त्याला कार्डिओमायोपॅथी म्हणतात. केमोथेरेपीला सुरुवात झाली, तेव्हा माझ्या अंगात ताकदच नव्हती. हॉस्पिटलमधून मी घरी आले, त्यानंतर माझ्या सगळ्या कुटुंबासाठी लिंडा रोज न चुकता जेवण घेऊन येत असे. मला रडू येई पण लिंडा माझा हात हातात घेई. मी माझं गाऱ्हाणं गाई पण लिंडा माझं ऐकून घेत असे. मला एक पाऊलही टाकवत नसे तेव्हा अक्षरश: लिंडाच मला आधार देई. ती येई, तिच्या चेहऱ्यावरचं आश्वासक हास्य मला त्या कठीण काळात बळ देऊन जाई. केमो आणि औषधोपचारांच्या त्या विशिष्ट काळात मी मानसिक संतुलन गमावलेलं असतानाही! माझी जीवनेच्छाच नष्ट झाली होती आणि तरीही यातून मी बाहेर येईन, हा धीर मला लिंडाच देई. रात्री-अपरात्री, वेळीअवेळी केव्हाही मी बोलावलं, तरी लिंडा येऊन हजर होई. ह्याचा अर्थ तिला दुसरा काहीही उद्योग नव्हता असा नाही. खरंतर तिच्या कुटुंबातही आरोग्यविषयीचे प्रश्न होतेच की! विशेषत: तिच्या आजारी आई-वडिलांचे.

नऊ महिन्यांच्या उपचारानंतर माझे केस पूर्णपणे गळाले. पन्नास पौंड वजन कमी झालं. एखाद्या क्षीण आजारी पाखरासारखी माझी अवस्था झाली होती. मग हळूहळू मला पंख फडफडावेसे वाटू लागले. निळं आकाश भरारी घेण्यासाठी मला जणू खुणावू लागलं. खरंतर आपला वेळ आणि माझ्याविषयीची आस्था यापेक्षाही लिंडानं मला अधिक काहीतरी दिलं होतं. तिच्या सततच्या असण्यानं मला शक्ती मिळाली होती. चैतन्य मिळालं होतं. मी आजारातून पूर्ण बरी होईन; केवळ शारीरिक दृष्ट्याच नव्हे तर माझं ते चैतन्यही मला पुन्हा मिळेल हा विश्वास, हा दिलासा तिनं मला दिला होता.

माझं कुटुंब आणि इतर मैत्रिणीही होत्याच माझ्या जवळ; पण मला हवीहवीशी माझी खरी बहीण अखेर मला मिळाली होती. तिच्या निष्ठेतून ते सिद्ध झालं होतं. आपले पूर्वज, आपल्या निष्ठा, आपल्या वृत्ती आणि आपली उद्दिष्टं ही जिची दुसऱ्यांबरोबर किंवा इतरांबरोबर समाईक असतात अशी मुलगी अथवा स्त्री, असा 'बहीण' या शब्दाचा अर्थ शब्दकोशात नमूद केलाय. व्याख्येप्रमाणे लिंडा ही माझी खरी बहीण आहे. माझा आत्मा आणि माझं जगण्याचं प्रयोजन याचा ती एक हिस्सा आहे. माझ्या जिवात जीव असेपर्यंत ती माझ्या अंत:करणाचा, माझ्या धैर्याचाच एक भाग बनून राहणार आहे. तिनं मला किडनी नाही दिली. तिनं मला विचाराची विशिष्ट दिशा दिली, माझ्या अस्तित्वाला नवं परिमाण दिलं. त्यामुळेच मी आज परिपूर्ण आहे. जेव्हा जेव्हा माझ्या अनमोल क्षणांची ती भागीदार असते, तेव्हा माझ्याही नजरेत 'ती' विशिष्ट चमक असते– तीही तिनंच दिलेली!

– डोलोरिज कोझिलस्की

ताऱ्याकडूनची मागणी

आकाशात उगवलाय
रात्रीचा पहिला तारा
तारा म्हणतो, काय हवंय?
कोणाला काय हवंय?
मी म्हणते...
मी म्हणते...

लहानपणची ही कविता– 'लक्षावधी ताऱ्यांमुळे प्रकाशमान झालेल्या रात्रीचं वर्णन करणारी'– मी मनाशी पुन्हा पुन्हा गुणगुणत होते. शेवटी ''मला छोटी बहीण हवीयच'' असं म्हणून मी थांबले. ''देवाला नक्कीच ऐकू जाईल,'' मी मनाशी म्हटलं. कारण माझी ही इच्छा म्हणजे माझी प्रार्थनाच होती. देवानं माझं ऐकलं; पण उत्तर त्यानं थोडं वेगळ्या पद्धतीनं दिलं. मी चार वर्षांची असताना त्यानं माझ्यासाठी भाऊ पाठवला. आठव्या वर्षी आणखी एक भाऊ आमच्यात सामील झाला. असं असूनही संध्याकाळी आकाशात उगवणारा पहिला तारा पाहून मी माझ्या त्या इच्छेचा पुनरुच्चार करणं चालूच ठेवलं होतं. मला बहीण काही मिळाली नाही. शेवटी तो नाद मी सोडून दिला आणि नेमकं ह्याच वेळी आईवडिलांनी घरात आणखी एक बाळ येणार असल्याचं सांगितलं.

माझ्या मनात पुन्हा आशा पालवली, माझं बहिणीचं स्वप्न आता साकारणार असं वाटू लागलं. मी सोळा वर्षांची झाल्यावर आता ती माझ्या आयुष्यात प्रवेश करणार होती. म्हणजे त्यानं काही आता विशेष फरक पडणार होता का? बहुधा नाहीच. पण तरीही अनेक महिने तिची प्रतीक्षा करताना रोज संध्याकाळी उगवणारा पहिला तारा पाहताना ''मला बहीण होऊ दे,'' ह्या माझ्या इच्छेचा पुनरुच्चार मी करत होते. ती मे महिन्यातच यावी म्हणजे मला अधिक आनंद होईल, असं मला वाटत होतं; कारण माझा जन्मही मे मधलाच आहे. मेमध्ये झाडांना नवी पालवी फुटली, गवतानं वसंतातले आपले हिरवे अंगरखे पुन्हा धारण केले, वातावरण अधिक उबदार झालं, पावसाच्या हलक्या शिडकाव्यानं हिवाळी निद्रा संपवून

ट्यूलिप्स तराऊन उठली. माझी फार वर्षांची इच्छा पूर्ण होण्यासाठी यापेक्षा दुसरा योग्य कोणता काळ असणार होता?

बाबांनी हॉस्पिटलमधून फोन करून आमच्या नव्या भावाच्या आगमनाची वार्ता दिली. भाऊ? माझं काळीज अक्षरश: फाटून गेलं. तीन टोले तुम्ही मारले, की मग तुम्ही आउट होता. बेसबॉल काय किंवा लहान बहिणीच्या बाबतीत काय! तीच निराशा पुन्हा एकदा माझ्या पदरी आली; पण ह्या तिसऱ्या भावावर मी लवकरच आत्यंतिक प्रेम करू लागले. मग आपल्याला बहीण कधीच असणार नाही, हे मी स्वीकारलं. इतकंच नव्हे तर उगवणारा पहिला सायंतारा पाहून आपल्या इच्छेचा पुनरुच्चार करणं मी सोडून दिलं.

माझ्या तीनही भावांवर मी खूप प्रेम केलं, पण तरीही आयुष्यात कसलीतरी उणीव असल्याची जाणीव तशीच डाचत राहिली.

हायस्कूलमध्ये असताना मैत्रिणींना माझ्या अंत:करणात विशेष स्थान मिळालं. कॉलेजमध्ये असतानाही आणि लग्नानंतरच्या पहिल्या काही वर्षांतही जिथं जिथं राहिलो, तिथं तिथं मी मैत्रिणी गोळा केल्या. तरीही काहीतरी राहून गेल्याची भावना मनातून गेली नाही. इतर स्त्रियांना आपल्या बहिणींचे उल्लेख करताना ऐकलं, की माझ्या छातीत वेदनेची कळ उमटे. मत्सर नाही म्हणता येणार त्याला अगदी; पण जास्ती करून वैषम्य वाटण्याचाच प्रकार होता तो. नंतर मात्र ही अशी भावना मनात निर्माण झाल्याबद्दल मी स्वत:ला दोष दिला, जेव्हा मला एक गोंडस मुलगी झाली आणि कालांतराने तीन गोंडस नाती!

मुलं मोठी, स्वतंत्र झाल्यावर माझी जन्मभराची लेखनाची इच्छा पूर्ण करण्याकडे मी वळले. माझ्या बऱ्याच कथांना ई-झाइन्स मध्ये स्थान मिळालं. वाचकांच्या प्रतिसादाच्या मेल्स येऊ लागल्या. ह्या वेबसाइटवर नियमित लिहिणाऱ्या इतरांना मी नावानं ओळखू लागले. एकजण विशेषत: माझ्या कथांवर वरचेवर आपल्या प्रतिक्रिया लिहीत असे. आम्ही परस्परांचं कौतुक करू लागलो. तिच्या प्रत्येक कथेतील खुसखुशीत विनोद मला फार आवडे. आयुष्याचे धडे देणाऱ्या तिच्या कथा विलक्षण असत. शब्द आणि वाक्प्रचार ती ज्या खुबीनं वापरत असे, त्याच्या तर मी प्रेमातच होते. इंटरनेटच्या अनेक मासिकांतून तिचे अनेक फोटो झळकले होते. प्रत्येक फोटोतलं तिचं मोकळं हसू आणि डोळ्यांतली चमक याचं मला फार कौतुक वाटे. आम्ही एकमेकींना सातत्यानं ई-मेल्स करू लागलो. एका टेकडीवर आपल्या कुटुंबासमवेत ती राहत होती. तिनं गाढवं पाळली होती. मी राहत होते एका विद्यापीठाजवळच्या गावात. तेथे शेजारी होते; पण पाळलेले प्राणी नव्हते. अर्थात माझं प्रेमळ कुटुंब होतंच. केथ बऱ्याचदा एका लेखिकेचा उल्लेख करत असे, जी एक उत्कृष्ट संपादकही होती. लवकरच आम्ही तिघी एकमेकींच्या चांगल्या मैत्रिणी झालो.

काळाच्या ओघात आम्हा तिघींची मैत्री अधिक घट्ट होत गेली. आपल्याला काहीतरी गंभीर बोलायचंय, असं एका ई-मेलमध्ये केथनं म्हटलं होतं, ज्याचा मी विचार करावा असं! तिलाही बहीण नव्हतीच. त्यामुळे बहीण म्हणून मी तिचा स्वीकार करावा, अशी इच्छा तिनं प्रदर्शित केली होती. ही गोष्ट सोपी नाही, हे मला ठाऊक होतं. कम्प्युटरच्या पुढ्यात मी अगदी दिङ्मूढ होऊन बसले होते. घशात काहीतरी अडकल्यासारखं झालं. डोळ्यांतलं पाणी कोणत्याही क्षणी ओघळलं असतं. माझी लहानपणापासूनची इच्छा आता आयुष्याची सहा दशकं उलटून गेल्यावर सफल होणार होती. सुखाची ऊब सर्वांगाला जाणवत होती. पण ही माझी धाकटी बहीण होऊ शकत नव्हती; कारण केथ माझ्याहून सात वर्षांनी मोठी होती. इतक्या वर्षांच्या प्रतीक्षेनंतर मी हे नाकारणं शक्यच नव्हतं. तिची बहीण होण्याच्या सूचनेचा मी आनंदानं स्वीकार करत असल्याचं लिहीत असताना कम्प्यूटरच्या की -बोर्डवर माझी बोटं अक्षरश: नाचत होती.

''थोड्याच दिवसांनी 'मारिया' सारखी गोंडस मुलगी आपल्याला धाकटी बहीण म्हणून लाभली तर तुला कसं वाटेल? ''असं तिनं विचारलं. अशा तऱ्हेनं आम्ही तिघी एकमेकींच्या बहिणी झालो, अगदी अंत:करणापासून! केथ सर्वांत ज्येष्ठ, मी मधली आणि धाकटी मारिया. मारिया वयानं माझ्या धाकट्या भावाएवढी आहे, हा योगायोगच नाही तर काय? मेसेजेस् तर आम्ही सततच पाठवत असतो एकमेकींना. प्रकाशकाकडे पाठवण्यापूर्वी आम्ही एकमेकींच्या कथा संपादित करीत असतो. कथा स्वीकारल्या गेल्या, की आमच्या आनंदाला उधाण येतं आणि त्या स्वीकारल्या गेल्या नाहीत, तर आम्ही एकमेकींचं सांत्वनही करतो. एकमेकींजवळ आम्ही नेहमीच मनं मोकळी करतो.

गेल्या उन्हाळ्यात माझ्या मोठ्या बहिणीला– केथला– प्रत्यक्षात भेटण्याचा चांगला योग जुळून आला; कारण मी माझ्या नवऱ्याबरोबर तिच्या राज्यातूनच प्रवास करणार होते. काही आठवड्यांपूर्वीच केथच्या पतीचं निधन झालं होतं. त्यामुळे तिची भेट घ्यावी की नाही, याबद्दल मी थोडी साशंक होते; पण आम्ही तात्काळ यावं, असं तिनं कळवलं. एकमेकींना दिलेल्या गाढ दीर्घ आलिंगनानं बहिणींच्या आमच्या नात्यावर शिक्कामोर्तब केलं. बहिणीबहिणी बोलतात तसंच अगदी आम्हीही अखंड दोन दिवस बोलत होतो. दुसऱ्या दिवशी आमच्या धाकट्या बहिणीचा– मारियाचा– फोन आला. मग काय विचारता? आमच्या आनंदात्त आणि बडबडीत अधिकच भर पडली. केथच्या त्या डोंगरमाथ्यावरच्या घरी मारियाही आली असती, तर किती मजा आली असती म्हणून सांगू!

एक ना एक दिवस असा उजाडेल, की आम्ही तिघी एकत्र येऊ आणि हवं तेव्हा हवं तिथं आम्ही एकमेकींच्या बाहुपाशात विसावू. पण तूर्तास तरी इंटरनेटच्या

मेसेजेस्वरच समाधान मानायला हवं. प्रत्येक मेसेज प्रेमानं ओतप्रोत भरलेला असतो आणि अशा मेसेजेसूची देवाणघेवाण फक्त बहिणीबहिणीच करू शकतात.

आजकाल उगवणारा पहिला सायंतारा पहिला, की ती कविता मी मनाशी गुणगुणते आणि खुदकन् हसते. माझी दीर्घ प्रतीक्षा कारणी लागावी अशा बहिणी मला मिळालेल्या आहेत, असे मला वाटते.

– नॅन्सी कॉप

सूर्योदयभगिनी

मैत्रीचा जीव घेणं म्हणजे जगातून सूर्य हिरावून घेण्यासारखंच आहे.
– सिसेरो

क्वचितच कधीतरी आपल्या सख्या अवतीर्ण होतात, हातांत कुंचले घेऊन आपल्या रंगहीन जीवनात इंद्रधनुषी रंगांची उधळण करतात. अनपेक्षित शक्यतांची वाट दाखवून आपलं आयुष्य अगदी उजळून टाकतात. या सुंदर युवती ऐहिक गोष्टींना अद्भुत करतात, अत्यंत कंटाळवाण्या दिवसाला उत्साहित करतात, सामान्यांना असामान्य करून टाकतात. तुमच्या उणिवा, तुमची भीती यांच्यापलीकडचं त्यांना दिसतं. तुमच्यातली चैतन्यशक्ती, जी तुमच्यात खोल कुठेतरी दडलेली असावी असं तुम्हाला मनापासून वाटत असतं, तीच त्यांच्या नजरेत भरते, आणि बऱ्याचदा तुमचा हात पकडून विलक्षण साहसाच्या वाटेवरून तुम्हाला त्या घेऊन निघतात. अशीच माझी एक सूर्योदयभगिनी आहे, 'डॉन' म्हणजे पहाट हे नाव तिला अगदी शोभून दिसतं; कारण तिच्या आगमनानं जीवनाला जाग येते. गंमत म्हणजे तिच्या भोवतालच्या गोष्टींवर पडणाऱ्या तिच्या प्रभावाबद्दल ती अनभिज्ञ असते. 'जग हे असंच आहे', असंच तिला वाटत असावं, असा माझा कयास आहे. जो प्रकाश ती घेऊन येते. त्याविना ती उगवल्यामुळेच माणसांची आणि इतर गोष्टींचीही सुस्ती दूर होते, हे तिला माहीत नसतं.

फ्लाइट अटेंडंट्सच्या आमच्या प्रशिक्षणाच्या काळात आमची ओळख झाली. आम्हाला दोघींना मग सॉल्ट लेक सिटीला पाठवण्यात आलं. तिथं एकाच अपार्टमेंटमध्ये आम्ही राहत होतो. सुट्टीच्या दिवशी मी लोळत असतानाच ती दारात डोकावली. तिच्या अंगावर अजून युनिफॉर्मच होता.

''तुझी सुट्टी आहे?''

''हो!'' मी अनिश्चितपणे उत्तरले; कारण माझ्या आळसटलेपणावर घाला येण्याची मला चाहूल लागत होती.

''छान! चल, कँपिंगला जाऊ.''

''कुठे?''

''चल, जाताजाता ठरवू.''

तपशिलात शिरणं तिच्या स्वभावातच नव्हतं आणि त्यानं तिच्या लेखी काहीच फरक पडणार नव्हता. मी माझे कपडे आणि काही चीजवस्तू घेतल्या, गाडीत टाकल्या आणि आम्ही निघालो... कुठेतरी.

यथावकाश आम्ही दक्षिण उटाहमधील कॅनियन लँड्सला आलो. पार्क रेंजरकडे नोंद करून प्रीमिटिव्ह कॅंपिंगची थोडक्यात माहिती घेतली. ''आखलेल्या मार्गावरूनच जा अन्यथा जीवनाधार असलेल्या सूक्ष्म पर्यावरणाला धक्का पोचतो इ. इ. तुमच्या बरोबरच्या वस्तू इकडेतिकडे टाकू नका. आखलेल्या मार्गापासून अर्ध्या मैलावर तुमचं कॅंपिंग असू दे.'' आमच्या परतीच्या तारखेची एक चिठ्ठी आम्ही आमच्या कारमध्येच ठेवली. म्हणजे मग आमची कार अजून त्याच जागी असली आणि आम्ही नसलो, तर ते आमचा शोध घेतील. कारच्या आरशावर ती निळी चिठ्ठी लावताना माझ्या डोळ्यांसमोर आई-बाबांच्या मूर्ती तरळून गेल्या आणि माझ्या अचपळ मनाने तशा अपघाताच्या कल्पनाही लढवल्या. आमचं सामान उचलण्यापूर्वी आम्ही ट्रेलमॅप हस्तगत केला आणि तो उघडाबोडका रेड रॉक चढायला सुरुवात केली. मी दक्षिणेकडची असल्यानं असा जंगलातला प्रवास माझ्या ओळखीचा होता. या अशा निबिड अरण्यातून जाणाऱ्या रस्त्यांवर काही रंगवलेल्या खुणा, निशाणं किंवा झाडांवर कोरलेल्या खुणा असतात. निदान मळलेली पायवाट तुमच्या भोवताली पसरलेल्या निसर्गाहून वेगळी दिसते. या बाबतीत उटाह अगदी मजेशीर आहे. अशा जंगलातल्या रस्त्यांवर दर अर्ध्या मैलावर आयताकृती खडक रचून खुणा केलेल्या असतात. पण त्या खुणा आणि भोवताली असलेले नैसर्गिक खडक सारखेच भासतात आणि उठून दिसणारी पायवाटही नसतेच. डॉनला त्याची मुळीच फिकीर नव्हती आणि आमच्याकडे दिशादर्शक कंपास नसल्याचीही. सगळं व्यवस्थित पार पडेल, या आशेनं मी मनातल्या मनात प्रार्थना करत होते आणि डॉननं सुरू केलेल्या नावांच्या खेळात रमायचा प्रयत्न करत होते. नैसर्गिक खडक आणि हे खुणा केलेले खडक कोणते, याही चर्चा करण्यात पुढचे काही तास आम्ही खेळत असलेल्या खेळात पुन्हा पुन्हा व्यत्यय येत होता. सूर्य अगदी झपाट्यानं मावळतीकडे चालला होता, पण त्यामुळे निदान पश्चिमदिशा कोणती आहे, तेतरी कळत होतं. कॅनियनच्या टोकाला पोचल्यावर पुढ्यातला उताराचा रस्ता कापायला सुरुवात केली. तो इतका उतरणीचा होता, की तळ दिसतच नव्हता. उजेड झपाट्यानं कमी होत चालला होता. मी नियम पाळणारी असूनसुद्धा भीती मला त्यापासून परावृत्त करत होती. म्हणजे कॅंपिंगच्या प्रथांप्रमाणे नियम क्र. ३ 'रस्त्यापासून आत अर्ध्या मैलावर कॅंप करा' इ. पाळणे शक्य नव्हते. सगळ्यात सोयीचा पर्याय म्हणजे एक मोठा पाण्यानं घासून वाटोळा झालेला सपाट खडक त्या रस्त्यापासून पाचेक

फूट आत होता. मग तिथंच अंधारात तंबू ठोकून आम्ही त्यात शिरलो आणि या आमच्या इथवर केलेल्या साहसाच्या विचारानं खूप हसलो आणि हव्याहव्याशा झोपेच्या स्वाधीन झालो. भयंकर घुमलेल्या आवाजानं दोघी आपापल्या स्वप्नातून दचकून उठलो. क्षणात दिवसाच्या उजेडात एकमेकींकडे डोळे फाडून बघत असल्याचा आम्हाला भास झाला. ती काहीशी अस्वस्थ करून टाकणारीच गोष्ट होती; कारण तेव्हातर मध्यरात्र होती. पुढच्याच क्षणी पुन्हा मिट्ट काळोख पसरला. तंबूबाहेर पावसाच्या पाण्याचा टप्टप् आवाज येत होता. क्षणार्धात भयंकर दमलेल्या माझ्या मनावरची धुंदी नाहीशी झाली.

बापरे! ढगांचा गडगडाट!

''अय्या, तू ऐकलास आवाज?''

''ऐकलास? अगं, पाहिला. अगदी अनुभवला!'' ती खदखदली. तिच्यापासून स्फूर्ती घेऊन मीही हसत सुटले. मग कॅनियनमध्ये आम्ही वाहून गेलोय असे विनोद केले. बरं झालं ना ते निळं कार्ड मोटारीत सोडलं म्हणून? आपण निदान त्यांना सापडूतरी केव्हातरी एक दिवस! पाऊस, गडगडाट आणि विजांचा कडकडाट चालूच राहिला. तंबूतल्या जमिनीपासून त्या तांबड्या खडकापर्यंत पाण्याचा छोटासा ओहळ वाहू लागला. माझं हसणं हळूहळू विरत गेलं आणि प्रार्थना अधिक निकडीची झाली. शेवटी भीतीनं दमून मी झोपी गेले. दुसऱ्या दिवशी जाग आल्यावर प्रत्येकन् प्रत्येक स्नायू ठणकू लागला. रात्रभर ताठला होता ना! तंबू- बाहेरून मैत्रिणीचा आवाज कानावर आला, ''अगं, बाहेर येऊन एकदा बघच!''

स्लीपिंग बॅगमधून हातपाय बाहेर काढून तंबूच्या छोट्याशा दरवाजातून मी रांगतच बाहेर आले. सूर्य हळूहळू वर येत होता आणि त्याचा खेळ बघण्यासाठी कॅनियनच्या तळापासून शेकडो फूट वर आम्ही शोधलेल्या टोकाइतकी सर्वोत्कृष्ट जागा दुसरी कोणती नसेल. जगन्नियंत्यानं त्याच्या अदृश्य हातानं निर्मिलेला रंगांचा विलक्षण मेळ डोळ्यांचं पारणं फेडत होता. ज्या तीव्रतेनं प्रत्येक रंगछटा वृद्धिंगत होत गेली होती, त्याच तीव्रतेनं ती फिकट होताना त्यांचा अनोखा मिलाफ झाला होता. वाद्यवृंदातल्या प्रत्येक वाद्याची एकतानता व्हावी, तितक्याच सफाईनं! तिथं शब्दांना वावच नव्हता. सभोवताली गंभीर शांतता आम्ही अनुभवत होतो. तिचा चेहरा प्रकाशानं उजळून निघाला होता आणि मला कळत होतं की तो म्हणत होता, ''बघ! विश्वास ठेव माझ्यावर. ती अनोखी हरवल्याची भावना, तो पाऊस आणि विजेचा लखलखाट हे सगळे त्याचेच अंश आहेत आणि ह्या सगळ्या गोष्टी नसत्या, तर आपल्याला हा अनुभव आला नसता.'' तिनं आग्रह धरला नसता, तर या अद्भुत क्षणांची मी साक्षीदार झाले नसते. या अशा मैत्रिणी– सूर्योदियाच्या भगिनी– आपल्याला आपल्या सुस्तीतून बाहेर ओढून नेतात, जीवनातल्या खऱ्याखुऱ्या जादुई नजाऱ्याचा अनुभव घडवतात!

– लिबी हेम्पेन

मलाही बहिणी आहेत

हजारो आप्तांपेक्षा एक निष्ठावंत मित्र जास्त मोलाचा असतो.
— युरिपिडिस

आयुष्याची सत्तर वर्षं मी सख्ख्या बहिणीशिवाय काढली; पण मला त्याची अजिबात खंत वाटत नाही. इतक्या वर्षांत मला अनेक बहिणी मिळाल्या आहेत. अनेक जिवलग स्त्रिया ज्यांच्याशी मी माझ्या आवडीच्या अनेक गोष्टी वाटून घेते, माझ्या भावना ज्यांना समजतात, माझ्या आयुष्यातल्या चांगल्या क्षणांच्या ज्या साक्षीदार आहेत, निराशेच्या काळात ज्या माझ्याबरोबर होत्या. हो, मलाही बहिणी आहेत.

ही फरिदा. माझ्यातल्या लेखिकेशी तिची मैत्री आहे, तशाच माझ्या अनेक गोष्टी ती माझ्याशी वाटून घेते. आम्ही तासन् तास एकत्र असतो. ती फक्त आरोग्यदायक गोष्टी खाते, तर मी मात्र शक्य तेवढ्या सर्व गोड पदार्थांवर अधाशीपणे तुटून पडते. एखादी कथा जन्माला येताना अथवा एखाद्या कल्पनेचा पाठपुरावा करताना आम्ही दोघी एकरूप होतो. जणूकाही त्या वेळी आमचा श्वाससुद्धा एकाच लयीत चालतो. आयुष्यात कधी अपयश आलंच, तर आम्ही गळ्यात गळे घालून दुःख व्यक्त करतो. कधीकधी तर पंधरा वर्षांच्या तरुणी होऊन लाकडाच्या फळीवरून पळताना हवेत हात उडवत सर्व रीतिरिवाज झुगारून देऊन जोरजोरात खिदळतो. अगदी आपल्या बहिणीबरोबर जसं सहजपणानं करू तसंच! फरिदा मला कधीच विसरत नाही.

ही आहे कॅरोल. मला जेव्हा कॅन्सर झाल्याचं निदान झालं आणि जेव्हा माझ्या पतीचं निधन झालं, नेमक्या त्याच वेळी मला ती भेटली. एका आधारगटात आमचा परिचय झाला. मला त्यात सामील व्हावंसं वाटत नव्हतं. आम्ही दोघीही यातनांना तोंड देत होतो, अतिशय खचलो होतो. कशाचीच उमेद आम्हाला वाटत नव्हती. मी अगदी पाप्याचं पितर झाले होते. माझ्यातलं चैतन्यच नष्ट झालं होतं. अगदी नेमक्या त्याच वेळी ती माझ्या मदतीला धावून आली. एखाद्या बहिणीनं करावं तसं तिनं मला जीवनसन्मुख केलं. इतक्या वर्षांनंतरही आम्ही आज बहिणीबहिणी

आहोत. आमच्यापैकी कोणीही एकजण दुसरीला आशावाद गमावू देत नाही.

ह्या माझ्या बहिणींच्या वर्तुळात लिंडालाही मोठंच स्थान आहे. मुलं मोठी होत असताना नि मग स्वतंत्र होताना, इतकंच नव्हे तर कधीही न कल्पिलेलं परिवर्तन आयुष्यात होत असताना लिंडा सतत माझ्याबरोबर होती. कित्येकदा आमची प्रत्यक्षात भेट होत नाही; पण आमच्या मनाच्या तारा त्या वेळी जुळलेल्या असतात. आयुष्यातली कोणतीही गोष्ट, जी अधिक चांगली होऊ शकली असती, त्याबद्दल मी आत्मसंतुष्ट राहू नये म्हणून लिंडा प्रयत्न करते. लिंडाकडे खूप काही आहे जे माझ्यात नाही; पण ते ती कधीच मला भासवू देत नाही, माझ्यात आत्मविश्वास फुलवते आणि आयुष्यात ती माझ्या समवेत असल्यामुळेच मी आहे.

ह्या माझ्या बहिणी आहेत. त्यांच्या सहवासात मला माझं दौर्बल्य लपवावंसं वाटत नाही अथवा जे मला होता येणार नाही त्याचा आव आणण्याचीही मला गरज वाटत नाही. हो, मलाही बहिणी आहेत. स्त्रिया म्हणून आपण सगळ्यांनाच बहिणी आहेत. खरं ना?

– हॅरियट मे सॉविझ

अचानक लाभलेली बहीण

"तू कॅरीनला भेटायलाच हवंस," जणूकाही यात मला 'हो' 'नाही' करायला काही वावच नाहीये, इतक्या ठामपणे माझी मैत्रीण सँड्रा म्हणाली, "ती तुझी बहीण शोभेल."

"असेल." खरं म्हणजे मला त्यात फारसा रस नव्हता. सँड्रा लाघवी होती; पण प्रत्येक बाबतीत माझ्या अगदी विरुद्ध होती. माझं कशा प्रकारच्या व्यक्तींशी जुळू शकतं, हे तिला माहीत असणं जरा कठीणच होतं. दुसरं म्हणजे मला जवळच्या मैत्रिणी खूपच होत्या. ज्यांच्यासमवेत मी लहानाची मोठी झाले, अशा काहींशी माझी मैत्री टिकून होती. त्यानंतर माझी आई आणि धाकटी बहीणही माझ्या सर्वांत जवळच्या होत्याच की! मैत्रिणींना फार वेळ द्यावा लागतो, शिवाय त्यात शक्तीही खर्च होते आणि या दोन्ही गोष्टींची माझ्याजवळ वानवाच होती. मग आता नव्यानं मैत्री करून काय साधणार होतं? पण सँड्राचा फारच आग्रह होता.

"माझ्या मते कॅथी, तू आणि ती अगदी सारख्या आहात स्वभावानं. तू माझ्या क्रिसमसच्या पार्टीला येशील का? कॅरीनपण येणार आहे."

"ठीक आहे, येईन." सँड्राचा स्वभाव अगदी गमत्या आहे. त्यामुळे वेळ अगदी मजेत जाईल; भले मला त्या कॅरीनमध्ये रस असो वा नसो! मी विचार केला.

क्रिसमसपूर्वी दोन आठवडे मी सँड्राकडे गेले. सणासाठी सँड्राचं घर छान सजवलं होतं. लोक घोळके करून एकमेकांशी गप्पा मारत होते. मीही मोकळेपणानं मिसळत होते, तरीही थोडी अलिप्तच होते. सँड्राच्या मित्रमैत्रिणींत सर्वसाधारणपणे माझ्यासारखं कोणीच नव्हतं.

मग, खोलीच्या टोकाला कॅरीन एकटीच बसलेली मला दिसली. ती कॅरीनच आहे, हे माझ्या लक्षात यायला काहीच वेळ लागला नाही. पण सँड्रा अगदी उत्साहानं माझा हात पकडून माझी ओळख करून द्यायला म्हणून ओढतच मला तिच्याकडे घेऊन गेली.

"कॅथी, ही कॅरीन. कॅरीन, ही कॅथी." सँड्रा अगदी समाधानानं हसली आणि आपलं कर्तव्य अगदी पार पाडल्याच्या थाटात तिथून निघूनसुद्धा गेली.

"हाय्!" मी जरा शिष्टपणेच म्हणाले. आम्ही एकमेकींना न्याहाळलं. सँड्राचा

म्हणणं खरंच होतं. आमच्यात विलक्षण साम्य होतं.

माझ्या बहुतेक मैत्रिणी लहानखोऱ्या आणि गोड आहेत, तर बायकांच्या दृष्टीनं मी चांगलीच उंच आहे. सगळ्या मैत्रिणींच्यावर माझं डोकं आणि खांदे येतात. पण या विलक्षणपणाची मला आता चांगलीच सवय झाली आहे. कॅरीन पण उंच होती. शेलाटी आणि सडपातळ. अगदी माझ्याचसारखी! दोघींचेही केस फिकट तपकिरी होते. त्यांच्या महिरपीत असलेला चिंचोळा, थोडा अंतर्मुख चेहरा. तिच्या शेजारी बसून मी चाचपणी करत संभाषणाला सुरुवात केली.

त्या रात्री मैत्रीच्या सुरुवातीच्या काळातच अनेक गोष्टींत आमच्यात साम्य असल्याचा आम्हाला प्रत्यय आला. कॅरीनलाही माझ्यासारखेच दोन भाऊ आणि धाकटी बहीण आहे. ती आठ वर्षांनी माझ्याहून मोठी आहे. दोघींना दोन मुलं आहेत. मोठा मुलगा आणि धाकटी मुलगी. घोड्यांविषयी आम्हाला फार प्रेम आहे. आम्ही जेव्हा प्रथम भेटलो, तेव्हा दोघीही आयुष्यात प्रथमच घोड्यांच्या तट्टांना ट्रेनिंग देत होतो. असल्या बाहेरच्या उद्योगात दोघींना रस होता. दोघीही क्वचितच टी.व्ही. प्रोग्रॅम्स बघतो, अधाशीपणानं वाचतो. 'पीपल' नावाचं मासिक कदाचित खरेदी करणार नाही; पण गुपचुपपणे त्याचा आनंद घेऊ शकतो. एकमेकींपासून काही मैलांवर राहतो. तिचं घर आणि कुटुंब हे माझ्या कुटुंबासारखंच आहे, हे कळायला फारसा अवधी जावा लागला नाही.

कॅरीन लवकरच माझी चांगली मैत्रीण झाली आणि आमचं नातं काही खास आहे, हे थोड्याच अवधीत माझ्या लक्षात आलं. आमची ओळख झाल्यानंतर साधारण वर्षभरातच आमच्या परिचितांकडून विलक्षण गोष्टी कानावर येऊ लागल्या. आमच्यातलं साम्य आता त्यांनाही जाणवू लागलं होतं.

''मी तुझ्या बहिणीला आज गावात पाहिलं,'' आमच्या शेजारणीनं मला सांगितलं.

''माझी बहीण जवळ नाही राहत,'' मी गोंधळून म्हटलं,

''ती अगदी तुझ्यासारखी दिसते.''

आणि मग अशी निरीक्षणं कानावर पडू लागली. थोड्याच दिवसांत तो एक थट्टेचा विषय झाला. आणि आम्हालाही त्यात मजा वाटू लागली.

एक दिवस एका 'हॉर्स शो' च्या वेळी कॅरीनची एक मैत्रीण माझ्याजवळ आली आणि तिनं मला आपादमस्तक न्हाहाळलं.

''ही तुझी बहीण का?''

''छे! आमचं काही नातं नाही.'' कॅरीननं मला कोपरानं ढोसलं आणि मी जोरात हसू लागले. आमच्या काही ध्यानात येण्यापूर्वीच आम्ही बहिणी झालोही होतो.

आम्ही बहिणी असल्यासारख्या वाटतो यापेक्षाही एखादी बहीण जे काय करील

ना, ते ते सगळं कॅरीन माझ्यासाठी करत असते. आपल्या घासातला घास काढून द्यायला कॅरीन नेहमीच तत्पर असते. इतकंच नव्हे, तर आपले कपडे, गावातली चक्कर, वाईनचा एखादा पेग, हिवाळ्यातल्या रात्री शेकोटी पेटवून गप्पा मारणं या सगळ्यांत ती मला वाटेकरी करते. घोड्यावरून रपेट मारणं, किराणासामान आणणं आणि एकमेकींना मेसेजेस पाठवणं हे आमचं चालूच असतं, ''काय करत्येस आत्ता?'' असले महत्त्वाचे प्रश्न विचारायला आम्ही फोन करतो.

आम्ही दोघीही बऱ्याचदा गप्प राहणं पसंत करतो.

एक दिवस माझा नवरा कॅरीनच्या दिवाणखान्यात आला. तिथे फायर प्लेसजवळ आम्ही दोघी मस्तपैकी शांतपणे वाचत बसलो होतो.

''छान! संपूर्ण संध्याकाळ तुम्ही दोघी इथं वाचत बसलाय, माझा विश्वासच बसत नाहीये,'' अविश्वासानं त्यानं मान हलवली. मी कॅरीनकडे बघून खांदे उडवले. आमच्या अबोध मैत्रीत फक्त धीरगंभीर शांतता होती. काही बोलण्यासारखं नव्हतंच.

माझ्या पूर्वीच्या सुखी आयुष्यात जेव्हा कॅरीन नव्हती, तेव्हाचं आता प्रयत्न करूनही मला काही आठवत नाही. देवानं जरी मला सख्खी बहीण दिली असली, तरी माझ्या मनानं जिला वरलंय अशी माझी बहीण कॅरीनच आहे, असं मी मानते.

आणि अजूनही ते प्रश्न कानावर येतच असतात, ''कालच मी तुझ्या बहिणीला पाहिलं.'' नुकताच एक परिचित मला म्हणाला, ''ती बहीणच आहे ना तुझी?''

ह्या वेळी मात्र मी होकारार्थी मान हलवली. आणि हसून म्हणाले, ''हो, हो. बहीणच आहे!''

– कॅथरीन मॅडेरा

खोलीवाल्या

आयलंडच्या अगदी आतल्या प्रदेशातून एक मस्त आरामशीर सफर करायला म्हणून आम्ही निघालो होतो; म्हणजे निदान आम्हाला तसं वाटत होतं. त्या टूरिस्ट बसमध्ये आम्ही चढलो आणि मग लक्षात आलं, की एका मोठ्या ट्रॅक्टरसदृश ट्रेलर कॅबच्या साहाय्यानं ती बस चालणार होती. म्हणजे धोक्याची जाणीव तेव्हाच व्हायला हवी होती. धोक्याची सूचना देणारा काही मजकूर कागदावर लिहून अगदी प्रत्येक सीटवर काळजीपूर्वक ठेवून देण्यात आला होता. गर्भवती महिला, पाठीची दुखणी किंवा हृदयविकार असणाऱ्या ज्येष्ठांनी किंवा ज्यांना उंचीची भीती वाटते अशांनी ह्या वाहनातून प्रवास करू नये, असं स्पष्टपणे म्हटलेलं आमच्या निदर्शनास आलं. पण माझी पंचेचाळीस वर्षांपासूनची मैत्रीण आणि मी, आम्हाला एकमेकींच्या सहवासापुढे या साऱ्या गोष्टींचा विसरच पडला होता.

आम्ही पहिल्यांदा भेटलो तेव्हा असू साधारण सोळा-सतरा वर्षांच्या. ब्राउन युनिव्हर्सिटीत आम्ही नव्यानंच दाखल झालो होतो. फ्रेंच १०१ वर्गातून आम्ही अगदी हसतखिदळत गप्पा मारत बाहेर पडलो. आम्हाला कसलीच घाई नव्हती. एकमेकींचा निरोप घेऊन आपापल्या खोल्यांकडे वळण्याची गडबड नव्हती. दर सोमवारी, बुधवारी आणि शुक्रवारी मी अंथरुणातून उडी मारून उठत असे; कारण त्या दिवशी एलेनबरोबर माझे फ्रेंचचे तास असत.

आमची घरं खूप लांब लांब होती. त्यामुळं कॉलेजला उन्हाळ्याची सुट्टी लागली, की आम्ही एकमेकींशी पत्रव्यवहार करण्याची संधी अजिबात दवडत नसू. एलेनच्या तिरक्या गिचमिड हस्ताक्षरातलं चांगलं जाडजूड पाच-सहापानी पत्र माझ्या पत्राच्या पेटीत आलेलं दिसलं, की मी ते अगदी चवीचवीनं वाचत असे आणि मग अर्थातच शाई जशी भराभर वाहत जाईल ना, तितक्याच पटापट त्याचं उत्तरही खरडत असे.

कॉलेजच्या सगळ्या वर्षांत आम्ही अगदी जीवश्चकंठश्च मैत्रिणी होतो, पण एकाच खोलीत राहण्याचं भाग्य काही आम्हाला मिळालं नाही. अर्थात हे कॉलेजच्या शेवटच्या वर्षापर्यंत. त्या वर्षी (शेवटच्या वर्षी) मात्र एलेनची रूममेट आजारी पडली. नंतर ती बरी होण्याच्या मार्गावर असताना माझ्या सिंगल रूममध्ये राहण्याची

इच्छा तिनं व्यक्त केली. ''एलेनबरोबर रहायला तुला आवडेल का?'' असं तिनं विचारलं.

''हो, चालेल की!'' मी जवळजवळ ओरडलेच.

अखेरीस आम्ही दोघी एकत्र आलो. आम्ही स्वतःला 'खोलीवाल्या' असं म्हणवून घ्यायचो; कारण आम्हाला तो बहिणीबहिणी याला समानार्थी शब्द वाटायचा. आम्ही एकमेकींचे स्वेटर्स, स्कर्ट्स वापरायचो. खोलीच्या मध्यभागी ठेवलेल्या खुर्चीवर त्या सगळ्यांचा ढीग पडलेला असे. खाणावळीतल्या तीनही जेवणांना आम्ही बरोबर जायचो. ब्रेडमधले व्हील कटलेट, टोमॅटो सॉस आणि स्पघेटी ही आमची आवडती डिश.

कॉलेजच्या टेकडीची उंच चढण आम्ही हातात हात घालून हसतखिदळत चढून जायचो. कॉलेजच्या ताणतणावाला वाट करून देण्यासाठीचा आमचा आवडता वाक्प्रचार असायचा– ''वैतागवाडी'' आणि मग त्यावर आम्ही आणखी हसत सुटायचो.

रात्रीचं दात घासणं म्हणजे पुन्हा सगळ्यांनी एकत्र वेळ घालवणं असायचं. तोंडातली थुंकी आणि टूथपेस्ट खाली सांडू नये म्हणून माना शक्य तेवढ्या लांब करायच्या, पण बोलत राहायचंच. मग अशी वेळ यायची, की आता त्या कोपऱ्यातल्या बेसिनकडे पळालंच पाहिजे. एका खोलीवाल्यांना संभाषणातला एक शब्दसुद्धा चुकवायची इच्छा नसते.

अशा मैत्रीनं भारलेले ते कॉलेजचे दिवस मोठे रम्य होते!

मग, शिक्षण संपवून वास्तव जगात आम्ही कुठेतरी दूर फेकल्या गेलो. केवळ ह्या अंतरानं आपण एकमेकींना भेटल्यावाचून राहू शकू का, असं पुन्हा पुन्हा मनात येई. पण त्यानं आमच्या मैत्रीत काही बाधा आली नाही. एलेन तिकडून पूर्वेकडून शिकागोला खास माझ्या विवाहाला उपस्थित राहिली होती. मीही मग न्यूयॉर्कला गेले– तिला आणि तिच्या नवऱ्याला भेटायला. ती सोशल वर्कर म्हणून काम करत असताना आम्ही पुन्हा भेटलो, तेव्हा मी आफ्रिकेत 'पीस कॉर्पस वर्कर' म्हणून काम करत होते. नंतरची भेट ती पीएच्. डी. करत असताना झाली. मी तेव्हा फिजिकल थेरपीची प्रॅक्टिस करत होते आणि एकटीच मूल वाढवत होते. आम्ही दोघींनी दुसऱ्यांदा लग्नं केली. पुन्हा भेटलो तेव्हा ती समाजकार्यात 'पब्लिशड टेन्युअर्ड प्रोफेसर' होती आणि मी लेखिका आणि ख्रिश्चन स्पीकर झाले होते.

वयाची साठी उलटून गेल्यावरही आम्ही अनेकदा भेटलो, लहान मुलींप्रमाणे हसलो. एलेन एक जबाबदार युनिव्हर्सिटी डीन आणि मी प्रशिक्षित परदेशी मिशनरी असल्यासारख्या वागलो नाही. आमच्या जागतिक दृष्टिकोनानं आम्हाला असं परस्परविरुद्ध

दिशांना नेलं असावं. पण त्याची कोणाला पर्वा आहे? आम्हाला एवढंच कळतं, की एकमेकींच्या सहवासातले क्षण साजरे केले पाहिजेत.

आणि कदाचित त्याच कारणासाठी त्या भल्यामोठ्या बसमध्ये त्या आयलंडचा सुरेख नजारा दिसावा म्हणून आमच्या स्वाऱ्या अगदी पुढच्या जागांवर स्थानापन्न झाल्या होत्या. ड्रायव्हरनं गिअर टाकला आणि ती टेकडी चढायला गाडीनं सुरुवात केली. रस्ता जोवर डांबरी होता, तोवर सगळं ठीक होतं; पण अचानक एका अरुंद कच्च्या रस्त्याला आम्ही लागलो. पायवाटेपेक्षा तो थोडासाच रुंद असावा. अचानक ती टेकडी मागे पडून मोठा डोंगरच पुढे ठाकला. ''आपण योग्य त्या गाडीतच बसलोय ना?'' मी विचारलं.

''दरीतल्या शांत सफरीला निघालोय, असं म्हटलं तरी चालेल,'' एलेन म्हणाली आणि हसत सुटली.

''ते तिकडे खाली बघ,'' मी खाली डोकावत म्हणाले. ''मला उंचीची फार धास्ती वाटते.''

''काय घाबरतेस उगाच? ते बघ कुणीतरी पांढरंशुभ्र अणकुचीदार कुंपण घातलंय आपल्या रक्षणासाठी.''

''किती मला धीर आला,'' इतकं बोलून मी हसले. पांढरेफटक पडलेले माझे गाल तेवढ्या हसण्यांनं पूर्वपदाला येऊ लागले.

'धडाम्!' आम्ही एकदम खाली गेलो. बापरे! हा खड्डा म्हणायचा की गर्ता?

''बापरे! किती हलतंय. ओय्, ओय्!'' माझे दात आपटत होते. मेंदू खुळखुळ वाजत होता. सगळे मणके एकमेकांवर आपटत होते. शरीराचे तुलनेनं मऊ असलेले अवयव बाउलमधून सांडणाऱ्या जेलीसारखे खाली ओघळत होते.

''ह्या बसमध्ये एकही शॉक ॲबसॉर्बर नाही आहे का?'' मी वैतागून म्हणाले. त्या कडक सीटमधून उठायचा प्रयत्न करत मी त्याच्या एका कडेला अर्धवट पाय मुडपून बसले.

त्याच क्षणी त्या बसनं हेअरपिनसारखं एक वळण घेतलं. ''आई ऽ गं ऽऽ!'' मी आणि एलेन ज्या बाजूला बसलो होतो, त्या बाजूचं बसचं छत उघडलं, अनंतापर्यंत.

आम्ही अगदी विरुद्ध दिशेला इतक्या झुकलो, की जणू आमची शंभर-सव्वाशे पौडांची शरीरं अनेकटनी बसला तोलून धरणार होती.

क्षणार्धात मी तिच्यावर आपटले, उंच उडाले, जवळ जवळ खाली तळाला पडले. हे वेडेवाकडे धक्के, आत्मसंरक्षणाचे निष्फळ प्रयत्न सोडून द्यावेत, याची आम्हाला खात्री पटवून देत होते. आम्ही इतक्या हसलो, की हसूनहसूनच अंग

दुखलं– उडून पडून नाही.

जवळजवळ तासाभरानं त्या आयलंडच्या मध्यवर्ती भागात पोचल्यावर आम्ही कशाबशा लंगडत हातात हात घालून गिफ्ट शॉपकडे निघालो. आमचं हसणं, उपरोधिक बोलणं चालूच होतं आणि लोक आमच्याकडे डोळे फाडफाडून बघत होते. कारण दिसत होतो त्यापेक्षा कितीतरी लहान असल्यासारख्या आम्ही वागत होतो. लोकांना आम्ही कोणीतरी मजा मारायला आलेल्या बिनधास्त मुलीच आहोत, असं वाटलं असणार. एलेनचा नवरा– तो एक प्रतिष्ठित लेबर जज्ज आहे– आमच्यापासून अंतर राखून चालत होता. त्याचा आणि आमचा काहीच संबंध नसल्यासारखा!

आम्हाला ते काही स्पष्ट करून सांगताच येईना. एकमेकींना आनंदित करण्याचा तो आमचा मार्ग होता. ''आनंदी मनासारखं दुसरं उत्तम औषध नाही,'' अशी काहीतरी म्हण आहे ना? एका खोलीवाल्यांनाच ह्यातली गंमत कळेल.

आणि एलेन माझी आयुष्यभराची खोलीवाली आहे, याचा मला फार फार आनंद आहे.

– मागरिट लँग

मनानं बहिणीच

जेव्हा तुम्ही मैत्रिणीच्या सहवासात असता, तेव्हा तुमचं मन निश्चिंत असतं.

– एमिली फॅरार

मी आईबापांचं एकुलतं एक मूल होते आणि त्याचं मला फारसं दु:ख नव्हतं. कुणाला स्वार्थीपणाचं वाटेल किंवा वेडेपणाचंही वाटेल. ''तुला एखादी बहीण किंवा भाऊ असावासा नाही का वाटत?'' असं मला कधी कोणी विचारलं, की ''आम्हाला जशी हवी होती अगदी तशीच मुलगी पहिल्या वेळेसच झाली,'' असं आई-बाबांनी दिलेलं उत्तर मी त्यांना देत असे. त्या अर्थानं आम्ही सगळे अगदी मजेत होतो. यथावकाश मी बिलशी लग्न केलं.

बिलला दोन बहिणी होत्या. स्वभावानं एकमेकींच्या अगदी विरुद्ध. त्यांतल्या एकीनं ''भावंडांतही स्पर्धा असते,'' हे वचन अगदी सार्थ ठरवलं होतं. त्रास द्यायची तिला सारखी सुरसुरी येई. दुसरी बहीण अगदी सुगृहिणी होती. बागेतल्या फळांचे जॅम-जेली बनवणे, ब्रेड बनवणे, घरी आईस्क्रीम करणे ह्यांत ती अगदी तरबेज होती; इतकंच नाही तर गाडीचं टायरही ती स्वत: बदलू शकत असे. दोघींपैकी कुणाहीकडे जायला साधारण अर्धा दिवस लागेल, अशा अंतरावर आम्ही राहत होतो. माझ्या बाजूनं सगळं ठीक होतं, त्यावेळेपर्यंत...

एक दिवस बिलला कलोन कॅन्सर झाल्याचे निदान झालं; पण तोपर्यंत कॅन्सर बराच पसरलेला होता. जॉईसनं कर्ज काढून नवी गाडी घेतली होती. दर महिन्यात एका तरी आठवड्यात शनिवारी ती आम्हाला भेटायला येऊ लागली. दोन कुमारवयीन मुलं आणि जोडीला नोकरी त्यामुळं मीही खूप दमत असे. तिच्या त्या भेटीची मी नकळत वाट पाहू लागले. एका शनिवारी बच्चेकंपनी आपापल्या उद्योगाला घराबाहेर पडली होती, तेव्हा बिलनं आम्हाला त्याच्या खोलीत बोलावलं. बिलचा आपल्या शरीरावरचा ताबा हळूहळू कमी होऊ लागला होता, तेव्हा त्यानं इतर गोष्टींची सूत्रं आपल्या हातात घेतली. आपल्या अंतिम क्रियाकर्माची सगळी व्यवस्था त्यानं सांगून टाकली. कागदपत्रं, कपडे, चर्चमधील प्रीस्ट किंवा आपल्या आवडीचं संगीत इ. इ.

पेन्सिल्व्हानियाला त्याला परतायचं होतं, तेच त्याला कायम आपलं घर वाटत आलं होतं. आणि मग त्यानं पुढं म्हटलं, ''तुम्हा दोघींना मला एक अभूतपूर्व भेट द्यायचीय.''

आम्ही चमकून एकमेकींकडे पाहिलं. काय बरं अभिप्रेत असावं याला?

''तुम्हा प्रत्येकीसाठी मी एक एक बहीण माझ्या पश्चात् ठेवणार आहे. अतिशय प्रेमळ, विश्वासू आणि उदार अशी. तुमच्यासाठी आणि माझ्यासाठीसुद्धा. एकमेकींची काळजी घ्या, घ्याल ना?''

आम्हाला दोघींनाही त्याची कोणतीही मागणी नाकारणं शक्यच नव्हतं. त्याच्या हातात हात गुंफून आम्ही वचनबद्ध झालो.

बिलच्या सहकाऱ्यांना, क्लायंट्सना त्याला श्रद्धांजली वहायची होती. न्यू जर्सीहून बिलला त्याच्या मेमोरियल सर्व्हिससाठी नेताना आम्ही दोघी जोडीनं चालत गेलो. त्यानंतर गेल्या तेरा वर्षांत ही एकत्वाची भावना आमच्या प्रवासात आमच्या समवेत कायम आहे. सुट्ट्या, मुलांची शिक्षणं, अनेक अडचणी, हालअपेष्टा आणि इतर बरंच काही; पण ह्या सगळ्यांत ही माझी बहीण कायम माझ्याबरोबर होती.

बिलची ठेव म्हणजे माझी दोन मुलं माझ्या जवळ होती. मुलांच्या पंखांत बळ यावं, त्यांना वर उडता यावं, या उद्देशानं त्यानं आपली सगळी मालमत्ता– आर्थिक पुंजीच नव्हे तर आध्यात्मिकतासुद्धा– त्यानं मुलांना दिली होती. पण याहीपेक्षा त्यानं मला बहीण दिली होती. आणि त्याला कशाचीच सर येणार नव्हती. आम्ही तेव्हाही त्याच्यावर प्रेमच करत होतो आणि आता तर आयुष्याची मार्गक्रमणा चालू असताना, हिरवळीतून चालताना आणि दऱ्याखोऱ्या ओलांडताना आम्ही त्याच्यावर अधिकच प्रेम करू लागलोय. काळानं तर त्याला आमच्यापासून हिरावून नेलंच; पण आम्ही कधीच एकटे पडणार नाही याची तरतूद मात्र बिल जाता जाता करून गेला.

– लुईस वेन्सिल

शुक्रवारची कहाणी

आयुष्यातले ताण वाढत असताना तुम्ही जेव्हा निष्क्रिय असता,
अशा वेळी कधीकधी तुमची स्वप्नं पूर्ण करण्यासाठी तुम्हाला
उद्युक्त करायला कुणाचं तरी 'हे तू नक्की करू शकतील,' हे
सांगणंसुद्धा पुरेसं ठरतं.

– गॅरी स्मॉली

"कॉर्न चाउडर पुढच्या आठवड्यात," अँजेला म्हणाली, "माझा नवा पदार्थ."

"मी वाईन आणीन," पॉलानं सांगितलं.

"डेझर्टचं माझ्याकडे लागलं," सूझीनं पुढे म्हटलं. "ब्राउनीज् आणि आईस्क्रीम! वा! मस्तच होईल बेत."

शुक्रवारी नेहमीप्रमाणेच साडेपाचला त्या सगळ्या उपस्थित होतात. सूझी तिच्या सुटसुटीत स्वेटपँट्समध्ये, पॉला तिच्या ऐटबाज पर्ससहित– तिच्यापेक्षा तिची पर्सच मोठी असते. त्या त्यांची सगळी ओझी दारातच टाकतात आणि घाईघाईनं स्वयंपाकघरात घुसतात, बाहेरची ताजी हवा आणि त्यांनी आणलेलं जेवण घेऊन. मी वाईनची बाटली उघडते. तिचा वास आसमंतात दरवळतो, नाकाला सुखावतो. पॉला तेवढ्यात मदं संगीत सुरू करते, सूझी कुरकुरीत फ्रेंच ब्रेडचे स्लाईस करते. अँजेला वाफाळणारं सूप पळीनं सगळ्यांना बाउलमध्ये वाढते.

बेकनचा खमंग वास किचनच्या वातावरणात भरून राहतो. ग्लास उंच करण्याच्या इराद्यानं मी म्हणते, "आयुष्यातल्या ह्या सुंदर क्षणांसाठी!" आम्ही ग्लासेस वर उचलतो, क्षणभर किणकिणाट होतो. आम्ही वाईनचे घुटके घेतो, आयुष्यावरचे ओरखडे पुसून काढायला या सर्व सोपस्कारांचा शिडकावा अत्यावश्यक असतो.

पण त्याचा अजिबात विचार न करता अत्यंत उत्साहानं आम्ही सगळ्या त्या सुग्रास अन्नाचा आस्वाद घेतो. अँजेलानं जर काही वात्रटपणा करायचं ठरवलं असेल, तर मग सगळी संध्याकाळ हास्याविनोदातच बुडून जाते. क्वचित आमच्यापैकी एखादीला कठीण प्रसंगाला तोंड द्यावं लागलेलं असेल, तर काही रात्री ईश्वराची प्रार्थना करण्यात जातात. पॉलाच्या आईच्या हृदयाची शस्त्रक्रिया पार पडली म्हणून

तसंच सूझीच्या मुलीचा त्रासदायक घटस्फोट या सगळ्यातून बाहेर पडल्यामुळे त्या दिवशी आम्ही काही खास गोड पदार्थ बनवला होता. असेच एकामागून एक शुक्रवार येतात आणि त्यांचे धागे आमच्या आयुष्यात काळाच्या वस्त्रात विणले जातात. जानेवारीच्या पहिल्या शुक्रवारी सूझी शॅपेन आणते. आम्ही आमची ध्येयं, आमची स्वप्नं एकमेकींना सांगतो. नव्या वर्षाने फुलवलेल्या अनेक आकांक्षांचे पेले उंचावून स्वागत करतो. त्यानंतर खडतर आव्हानं आणि अचानक लाभणारे आनंद यांनी भरलेलं, काळाबरोबर उलगडणारं आयुष्य आम्हा प्रत्येकीला जगायचंच असतं. पण हा शुक्रवार फिरून फिरून येतोच!

कधी सॅलडऐवजी सूप येतं, ब्राउनीजची जागा स्ट्रॉबेरी शॉर्टकेक्स घेतात रात्रीच्या जेवणाची जागा पॉटिओत मुक्कर केली जाते. स्वेटर्स अंगावर चढवून पहिल्या पावसाच्या ओल्या मातीचा वास घ्यावासा वाटतो. ट्यूलिप्सच्या पहिल्या कळ्यांचं आगमन होतं. त्यानंतर रंगांची उधळण सुरू होते. थोड्याच अवधीत रंगहीन झालेली ट्यूलिप्स आळसावून पुढच्या वसंतापर्यंत पुन्हा जमिनीत गुडूप होताना आम्हाला दिसतात. अंगातले स्वेटर्स हळूहळू गळून पडतात. आमच्या गप्पा आणि हास्यविनोदांना पक्ष्यांच्या किलबिलाटाची साथ लाभण्याची आम्ही अधीरतेनं वाट पाहू लागतो. व्हॅनिलाच्या सुगंधाच्या मेणबत्त्या लावून, सूर्य अस्ताला जात असताना ईश्वरानं पसरलेलं रंगांचं इंद्रधनुष्य आम्ही पाहतो. थंडीच्या चाहुलीनं पक्षी उडून जातात. मग हिवाळ्यातल्या संध्याकाळच्या गारठ्यात फायरप्लेसच्या उबेत रात्रीची जेवणं पुन्हा आत होऊ लागतात. जाडजूड कोट पुन्हा अंगावर चढवले जातात आणि बुटांवर बर्फ साचू लागतो. दालचिनीचा वास हवेत जाणवतो.

आणि शुक्रवार पुन्हा कूच करून येतात. चार जुन्या मैत्रिणी आता वयस्क होत चालल्यात. त्या चौघीजणी बहिणीच झाल्यात.

''पुढच्या आठवड्यात मी पोर्क चॉप्सचा बार्बेक्यू करणार आहे,'' अँजेला म्हणाली. ''लसूण आणि व्हिनेगरमधे.''

''त्याला योग्य अशी वाईन माझ्याकडे आहे,'' पॉला म्हणाली.

मी म्हणाले, ''सॅलडचं माझ्याकडे लागलं.''

''मी मस्त पीच पाय् बनवीत,'' सूझीनं सांगितलं,

''वॉव! मेजवानीच होईल अगदी!''

— बार्बरा ए. क्रॉस

आश्वासन

कधी कधी आपली विझलेली ज्योत दुसऱ्या व्यक्तीच्या भेटीतून
पुन्हा प्रज्वलित होते.

– अल्बर्ट श्वाइट्झर

कर्मधर्मसंयोगानं एका खोलीत राहायला लागल्यानं आमची ओळख झाली.
दोन आठवडे इस्राईल आणि इजिप्तच्या टूरवर गेलो असताना एकेकट्या स्वतंत्र
प्रवासी म्हणून आम्ही एकत्र आलो. प्रथमदर्शनी तर आमच्यात काहीच मिळतं-जुळतं
नव्हतं. फिकट तपकिरी आणि कुरळ्या केसांची, तेजस्वी निळ्या डोळ्यांची 'केली'
पुरती पाच फूटसुद्धा उंच नव्हती. आणि सरळ काळे केस, काळे आणि गंभीर भाव
असलेले डोळे असलेली मी उंच सडपातळ पाच फूट आठ इंच उंच होते. दिसायला
आम्ही एकमेकींच्या पूर्णपणे विरुद्ध होतो; पण परस्परांशी परिचय झाल्यावर मात्र
असं वाटलं, की आमचं जन्माचं नातं आहे.

केली आणि मला प्रवासाचं तीव्र आकर्षण होतं. होली लँडची ही सफर आम्हा
दोघींच्या दृष्टीनं अत्यावश्यक होती. अर्थात आपापल्या परीनं ह्याची कारणं वेगवेगळी
होती. एकोणचाळिसाव्या वर्षी केली पाच महिन्यांची गर्भवती होती. ती एकटीच
प्रवासाला निघाली होती; कारण त्यांच्या मालकीची 'वेस्टर्न वेअर कंपनी' चालवण्यासाठी
नवऱ्याला मागे राहणं भाग होतं. त्याउलट, पाच महिन्यांपूर्वीच माझे विवाहसंबंध
संपुष्टात आल्याकारणानं मी एकटीच प्रवासाला निघाले होते.

होली लँडची सफर केलीच्या दृष्टीनं एक यात्राच होती. येऊ घातलेल्या
मातृत्वाच्या ह्या अनोख्या भेटीसाठी आणि त्यातल्या आव्हानांना सामोरं जाण्यासाठी
तिला स्वत:ची मानसिक तयारी करायची होती.

उत्तम पत्नी आणि माता होण्याचं माझं स्वप्न मात्र घटस्फोटानं दुभंगलं होतं.
अत्यंत निराश मन:स्थितीत वेड्या आशेच्या शोधात मी इस्राईलला गेले होते.

प्रथम आम्ही जेव्हा जेवणासाठी गेलो, तेव्हा आपण कोणी नात्याच्याच आहोत
असं मला आणि केलीला वाटलं होतं. मी पटकन जेवणघरात लो कॅलरी ड्रेसिंग
असलेलं ग्रिल्ड चिकन सॅलड आणि डाएट कोकची ऑर्डर दिली.

''मला पण तेच हवंय,'' केली म्हणाली आणि हसली.

आमच्या रसिकतेतलं सारखेपण फक्त खाद्यपदार्थांपुरतंच मर्यादित नव्हतं.

त्याचा प्रत्यय जेरूसलेमच्या एका मोठ्या दागिन्यांच्या दुकानात खरेदी करताना आला. मध्यभागी एक हिरवा खडा असलेलं अतिशय सुरेख सोन्याचं पेंडंट मी पसंत केलं होतं.

''हा जेरूसलेम क्रॉस आहे,'' असं विक्रेत्यांनं सांगितलं. ते नेकलेस गळ्यात घालून कसं दिसतंय ते पाहायला मी आरशात डोकावले. त्या वेळी केली माझ्या शेजारीच होती.

''स्टोअरमधलं हे सगळ्यात सुंदर नेकलेस आहे,'' अशी टिप्पणी केलीनं केली.

तिच्याकडे वळून मी एकदम हसले. तिच्या हातातल्या पेटीत अगदी तस्संच नेकलेस होतं.

आम्ही दोघीही हसलो.

''मी तसंच घेतलं, तर चालेल ना तुला?'' मी विचारलं.

''तू घेच म्हणेन मी,'' ती उत्तरली. ''ते नेकलेस घातल्यावर आपल्याला आपली ही ट्रिपच नाही, तर एकमेकींचीसुद्धा आठवण येईल.''

एकाच क्लबचे सदस्य असावेत असं दर्शवणारे ते नेकलेस, आमचं एकमेकींशी असलेलं नातं आणि प्रवासाच्या अनुभवाचे द्योतकच झाले. त्या प्राचीन नगरीतले देखावे बघताना आणि संगीत एकमेकींबरोबर अनुभवताना आमचं मैत्र अधिकच गहिरं झालं. वाळवंटात आम्ही उंटावरून सफर केली, वेस्टर्न वॉलमध्ये एकत्र प्रभूची आराधना केली, मृत समुद्राच्या पाण्यात तरंगलो.

आमच्या प्रवासाच्या अर्ध्या टप्प्यावर किबुट्झला सी ऑफ गॅलिलीच्या किनाऱ्यापासून अगदी काही यार्डांवर असलेल्या एका साध्याशा हॉस्टेलवर आमचा मुक्काम होता. माझं लग्न मोडल्यामुळे आलेल्या नैराश्याची कबुली मी त्या रात्री केलीजवळ दिली.

''माझ्या सगळ्या अपेक्षा आणि स्वप्नं त्या नात्यात गुरफटलेली होती,'' मी रडवेली झाले. ''ते सगळं आता संपलंय.''

उबेसाठी पांघरूण अगदी गुरगटून केली डबल बेडवर झोपली होती. तिचं लक्ष सगळं माझ्याकडे होतं.

''ते सगळं संपलंय असं का वाटतंय तुला? ही तर खरी सुरुवात आहे,'' ती म्हणाली.

मग माझी भीती मी बोलून दाखवली.

''समजा, मला भेटलाच कोणी एखादा आणि आम्ही समजा प्रेमात पडलोच, तरीही लग्न होईपर्यंत माझं वय आणखी वाढलेलं असणार; म्हणजे मूल होण्याची

शक्यता आणखी दुरावणार ना?''

केली काही क्षण स्तब्ध झाली.

''हे आत्ता जरी तुझ्या डोळ्यांसमोर काहीही नसलं, तरी मला खात्री आहे की तुझं लग्न होऊन तुला नक्की बाळ होईल बघ.'' ''ती पुढे म्हणाली,'' देवानं मनातून तुझ्यासाठी काहीतरी अद्भूत योजना करून ठेवली असणार, तुझ्या कल्पनेपेक्षाही कितीतरी छान.''

''असं कसं तू म्हणतेस? तुला कसं काय कळलं?'' मला मनातून तिच्यावर विश्वास ठेवावासा वाटत होता; पण मला आशा वाटत नव्हती.

''माझी खात्रीच आहे,'' केली पुन्हा म्हणाली. तिचे शब्द कसे अगदी उबदार दुलईसारखे वाटत होते. केलीच्या मनात जिच्यासाठी आशेला स्थान होतं, तीच मी मात्र तसा विचारसुद्धा करायला धजावत नव्हते.

दुसऱ्या दिवशी सकाळी केलीनं बसमध्ये माझा हात हातात घेऊन म्हटलं, ''मला तुझ्यासमवेत परमेश्वराची प्रार्थना करावीशी वाटतेय.''

मला अगदी अस्वस्थ वाटत होतं. पण मी मान खाली झुकवली आणि डोळे मिटून घेतले. माझ्यासाठी काय योजून ठेवलंय ते मला मिळेल, असा विश्वास मला वाटावा यासाठी केलीनं मनापासून देवाची विनवणी केली.

''आपण एकमेकींच्या प्रार्थना करणाऱ्या बहिणी होऊ या,'' तिनं सुचवलं. ''आपण रोज एकमेकींसाठी देवाची प्रार्थना करू या आणि त्याच्या आशीर्वादाची याचना करू या.''

ते ऐकून माझ्या मनाला फार बरं वाटलं. मला त्या सगळ्याची नितांत आवश्यकता होती. केली मोठ्या मायेनं माझ्यासाठी प्रार्थना करणारी बहीण झाली होती. होली लँडचा निरोप घेताना आम्ही दोघी सख्ख्या बहिणी झालो होतो. माझ्या भविष्याविषयी केलीला वाटणाऱ्या विश्वासानं मला बळ मिळालं. मी स्वत: मात्र असा विश्वास बाळगायला घाबरत होते.

त्याच वर्षीच्या ऑक्टोबरमध्ये केलीच्या गोड मुलाचा– चँडलरचा– जन्म झाला. सुखात न्हालेल्या त्या कुटुंबाचे फोटो काढायला स्टेफनीमावशी म्हणजे मी स्वत:च हॉस्पिटलमध्ये जातीनं हजर होते. मातृत्वाच्या जबाबदारीत ती गुरफटली; पण तरीही केलीचे आणि माझे संबंध अबाधित राहिले.

दोन-चार वर्षं अशीच गेली; पण मला ओढ वाटावी असं कोणीच भेटलं नाही. लग्नाची आशा मी सोडून दिली. कामावर लक्ष केंद्रित केलं आणि एकटं जगण्यात आनंद मानू लागले. पाच वर्षं झाली. मायकेलशी माझी मैत्री झाली. त्याचं रूपांतर गाढ प्रेमात झालं.

माझ्या स्वप्नातल्या जोडीदाराशी मी 'व्हॅलेंटाइन्स डे' ला लग्न केलं. वयाच्या

चाळिशीला! मायकेलनं आणि मी प्रीतीच्या आणाभाका घेतल्या, त्या वेळी केलीच माझी पाठराखीण झाली होती.

दुसऱ्या दिवशी दरवाजाची घंटा बराच वेळ वाजत होती. मी दरवाजा उघडला. पोर्चमध्ये मला एक ट्रे आढळून आला. त्यात कॉफीचा डिकॅन्टर, दोन मग्ज, माफिन्स, सॉसेजेस, बेकन, एग्ज, ताजी फळं, आमच्या लग्नाच्या समारंभाचे फोटो, दोन मेणबत्त्या आणि गुलाबाचं फूलं होतं.

तो नजराणा उचलायला मी वाकले, इतक्यात ड्राइव्ह-वेवरून जाता जाता केलीनं हसून हात हलवला.

थोड्या वेळानं मी आभार मानण्यासाठी तिला फोन केला.

''हा दिवस दिसावा म्हणून प्रार्थना करण्यात माझ्याकडून कधीच खंड पडला नाही. तुझ्या विचारानं मला फार आनंद होतोय.''

त्यानंतर दहा महिन्यांनी माझं पहिलं बाळ– माझी मुलगी– जन्माला आलं. तिचं नाव 'मिकाह फेथ.' मायकेल तिच्या वडिलांचं नाव म्हणून त्यातलं 'मिकाह' आणि केलीमावशीनं इतकी वर्षं माझ्या भविष्याविषयीचा बाळगलेला नितांत विश्वास त्यासाठी तिच्या नावातलं 'फेथ.'

हं, १९९७ साली 'त्या' दिवशी देव नक्कीच जेवणघरात असणार. त्यानंच मेहेरनजर करून रूममेट म्हणून केलीच्या रूपानं मला माझी सर्वांत जवळची मैत्रीण दिली, माझ्यासाठी प्रार्थना करणारी माझी बहीण! तिनंच मला कायम श्रद्धा बाळगायला हवी, हे शिकवलं.

– स्टेफनी वेल्चर थॉम्पसन

माझा प्याला ओसंडून वाहणारा

माझ्या एका सहकाऱ्याच्या डेस्कवरच्या एका कार्डानं माझं लक्ष वेधून घेतलं. कोणीही सहज वाचावं असंच ते मांडून ठेवलं होतं. तिच्या खाजगीपणाचा आदर करून ते मी तिच्या परवानगीनं वाचलं. तिच्या बहिणीनं तिला वाढदिवसाला पाठवलेलं ते भेटकार्ड होतं. अशा तऱ्हेचं कार्ड फक्त बहिणीकडूनच येऊ शकतं!

त्यावरील टाइप केलेला मजकूर उत्तमच होता; पण त्यापेक्षाही तिच्या बहिणीनं जे लिहिलं होतं, त्यानं माझ्या मनात घर केलं. तिनं तिच्या भावना सुरेख शब्दांत व्यक्त केल्या होत्या. पण एखाद्या बाणासारखे ते शब्द थेट माझ्या अंत:करणात घुसले. त्या शब्दांनी मला घायाळ केलं. कारण मी एकुलत्या एका बहिणीला गमावलं होतं; मृत्यूमुळे नव्हे तर तिच्या मानसिक आजारानं अत्यंत कावेबाजपणानं तिच्या मेंदूचा नाश केला होता म्हणून.

माझ्याहून अठरा महिन्यांनीच मोठी असलेली माझी बहीण वयाच्या एकोणिसाव्या वर्षी आजारी पडली. सर्वसाधारणपणे ह्या वयातच बहिणीबहिणींची एकमेकींशी घट्ट मैत्री होत जाते. ''हा माझा टी शर्ट आहे, तू घालू नकोस'', असले पोरकट वाद किंवा ''गधडे, माझ्या कशालाही तू हात लावायचा नाहीस'', असले वाद त्या वेळी निवळलेले असतात. आसपासच्या बहिणींना मी परस्परांच्या जिवलग मैत्रिणी होताना बघत आले होते. आमच्यातल्या नात्याला दुखणाईत-परिचारिका अशी कळा जेव्हा आली, तेव्हा बहीण म्हणून ती मला दुरावत गेली. गेल्या तीस वर्षांत या गोष्टीनं माझं हृदय हळूहळू विदीर्ण होत गेलं. बहीण म्हणून जितका काळ ती लाभली, त्याहूनही अधिक काळ तिला गमावल्यानंतर लोटला आहे; पण आश्चर्य म्हणजे माझ्या भग्न हृदयाचे अणकुचीदार तुकडे आजही माझ्या मनाला टोचत असतात.

आमच्या शैशवातल्या काही आठवणी ज्या आम्ही एकमेकींसोबत वाटून घेतल्या असत्या, त्या आता इतिहासजमा झाल्या आहेत. त्या आता कायमच्या तिच्या मनाच्या कप्प्यात तिच्या आत्म्याबरोबर बंद झाल्या आहेत. त्या गमावलेल्या एका नात्याचा शोक आणि ते कसं फुललं असतं, हा विचार मला अनेकदा घायाळ करतो. माझी बहीण मला परत मिळावी, अशी तीव्र इच्छा होते. मला तिची उणीव जाणवत राहते आणि फसवलं गेल्याची भावना मनात दाटत जाते.

त्या कार्डावरील शब्दांचा मला मोह पडला. तिच्या बहिणीनं म्हटलं होतं, ''आपल्या आई-वडिलांनी खूप काही केलं. अर्थात सगळ्याच गोष्टी बरोबर होत्या असं नाही; पण एक गोष्ट अगदी बरोबर केली. मला बहिणी दिल्या. मी सदैव तुझी ऋणी आहे.'' माझे अश्रू मी कसेबसे थोपवले. एक अशी बहीण तिला असल्याबद्दल ती किती भाग्यवान आहे, हे मी तिला सांगितलं. मला तिच्या भाग्याचा हेवा वाटतो, हेही सांगितलं.

तिनं अविश्वासानं डोळे विस्फारले. जणूकाही 'मला हेवा का वाटतोय?' असंच तिला मला विचारायचं होतं. या माझ्या डेस्कवरती मी मांडून ठेवलेली कार्ड्स आणि छायाचित्रांच्या दिशेनं तिनं खूण केली. गोष्टी मनासारख्या घडत नसतात, त्या वेळी ही अशा प्रकारची कार्डे आपण पुन्हा पुन्हा वाचली तर आपल्याला धीर आणि बळ मिळतं. एखाद्या घट्ट मिठीनं किंवा मला काहीही दुखलंखुपलं तर आजी गरम दूध देत असे त्यानं जसं वाटत असे, तशीच काहीशी सांत्वना ती कार्डे पुन्हा पुन्हा वाचण्यानं मला मिळते, हे मी तिला सांगितले.

जवळजवळ ती सर्व कार्ड्स तिनं वाचलेली असल्यानं मला वाटणाऱ्या हेव्यानं ती अगदी गोंधळून गेली होती. खरं म्हणजे ती डझन-दोन डझन कार्ड्स माझ्या जवळच्या मैत्रिणी इमेल्डा आणि गोपाली यांनी पाठवलेली होती. परंतु प्रत्येकाच्या खाली ''सस्नेह, तुझी बहीण अमुक हिच्याकडून'', अशा सह्या होत्या. त्यामुळं तिची अशी कल्पना झाली होती, की त्या सर्व माझ्या बहिणीच आहेत. मग ती म्हणाली, की खरंतर बऱ्याच प्रतीक्षेनंतर अखेर तिला तिच्या सख्ख्या बहिणीनं

पाठवलेलं कार्ड डेस्कवर मांडून ठेवता आलं होतं. माझ्या डेस्कवरची कार्ड्स पाहून तिचं पोट दुखत असे आणि त्याला शह देण्यासाठीच तिनं स्वत:चं कार्ड दिसेल असं ठेवलं होतं.

हे कळताच आम्ही दोघींही अगदी खळाळून हसलो. त्यानंतर परस्परांशी जास्त बोलू लागलो आणि पूर्वी कधीही नव्हती अशी आमची मैत्री जमली. माझी बहीण, मी जे गमावलं होतं त्याबद्दल मला वाटणारं दु:ख हे सगळं सगळं मी तिला सांगितलं. तीस वर्षांपूर्वी आमचं खास नातं संपल्यानं मला किती दु:खी केलं होतं, माझ्या बहिणीला अशी जन्मठेपेची शिक्षा भोगायला लागून माझी मोठी फसगत झाली होती, माझी मोठी बहीण म्हणजे माझाच एक हिस्सा माझ्यापासून दुरावला होता, तिच्या बंदिवान मनाच्या कोपऱ्यात ते नातं कायमचं गाडलं गेलं होतं, असा सर्व विचार करीत मी स्वत:चंच दु:ख कुरवाळीत बसले होते. खरंतर त्यापेक्षा माझ्या बहिणीची झालेली हानी कितीतरी मोठी होती; हे योग्य नव्हतं.

माझ्याविषयीच्या कळकळीनं तिनं विचारलं ''त्या कार्ड पाठवणाऱ्या दोघींना तू तुझ्या बहिणी मानत नसशील, तर कोणीच तुझी बहीण होऊ शकणार नाही.'' बहीण गमावणं ही दु:खाचीच गोष्ट आहे; पण त्या बदल्यात मला दोन मिळाल्या आहेत; म्हणजे मी भाग्यवान आहे. केवळ त्या सख्ख्या नाहीत म्हणून त्यात काही कमतरता आहे असं का मानायचं? मूल दत्तक असलं, तरी त्याची आई ही आईच असते, असं तिनं मला समजावलं. त्या माझ्या आत्म्याच्या बहिणी आहेत असं तिला वाटलं. रक्त पाण्यापेक्षा दाट असलं तरी आत्मे डिंकासारखे असतात; म्हणजे आणखी घट्ट आणि डिंकामुळेच कधीही न तुटणारे बंध तयार होतात ना! ह्या स्त्रिया माझ्या खरोखरीच बहिणी आहेत.

हे सगळं माझ्या लक्षात आणून देणारीही स्त्रीच होती. इतके दिवस मला वाटत होतं, की माझा पेला अर्धा रिकामाच आहे; पण तो तर प्रत्यक्षात भरून वाहत होता. फसवलं गेल्याची भावना आता माझ्या मनात नाही. वस्तुस्थिती ही आहे, की मला आणखी एक नवी मैत्रीण मिळालीय. खरंतर मला आणखी एक बहीणच मिळालीय!

— किम मॅक्लीन सुलिव्हन

खास
आठवणी

*बहीण असण्यातली सगळ्यात उत्तम गोष्ट ही, की मला कायमचीच
एक सखी मिळाली.*

— कॅली रे टर्नर

गतायुष्यां दिलेले धडे

शाब्दिक किंवा जिभेनं प्रेम करू नये; ते प्रत्यक्ष कृतीत आणावं.
– आय्. जॉन ३:१८

माझ्या नवऱ्याच्या आजीला– एटनाला– मोठ्या मंदीची झळ सोसावी लागली, तेव्हा ती तरुण आणि विवाहित होती. कॅनडातल्या अल्बर्टच्या उजाड भागात राहत होती. सुदैवानं तिच्या दोन बहिणी– ज्युली आणि नोरा– तिथेच जवळपास राहत होत्या.

एका वर्षी ख्रिसमसमध्ये एटना आपल्या तीन मुलींसाठी भेटवस्तू आणता याव्यात म्हणून कसाबसा एक डॉलर वाचवू शकली. ज्युलिकडेही ती तिच्या चार मुलांना काही भेटवस्तू देऊ शकेल इतपतच होतं. त्या दोघी मग ख्रिसमसच्या पहाटेची वाट पाहू लागल्या. त्यांची मुलं सांता क्लॉजनं दिलेल्या भेटी तेव्हा उघडून पाहणार होती. भेटी होत्या छोट्याच, म्हणजे बाजा, केसांची रिबन, बॉल आणि जॅक्सचा सेट इ. पण त्या निरुत्साही वातावरणात त्या भेटी म्हणजे त्यांच्यासाठी मोठी संपत्तीच असणार होती.

ख्रिसमसला नोराच्या घरातली परिस्थिती मात्र अगदी भिन्न होती. तिला नऊ मुलं होती. नोटा आणि तिचा नवरा अल्फ यांनी कितीही कमावलं आणि वाचवलं, तरी ख्रिसमसमध्ये आपल्या मुलांना भेटी देणं त्यांना शक्यच नव्हतं. ख्रिसमसच्या मेजवानीसाठी विशेष असे खाद्यपदार्थही त्यांच्याकडे नव्हते.

ख्रिसमसपूर्वीच्या संध्याकाळी अल्फ आणि नोटानं आपल्या मुलांना जवळ बोलावलं.

अल्फ म्हणाला, ''ह्या वर्षी सांताक्लॉज येणार नाही, याचं मला वाईट वाटतंय.''

हे ऐकून मुलं अगदी निराश झाली. लॉरेन नावाच्या त्यांच्यातल्या एका मुलानं विचारलं, ''पण का नाही येणार?''

अल्फनं नजर खाली वळवली. तो कसाबसा म्हणाला, ''कारण माहीत नाही, पण तो येणार नाही हे खरं. तो येऊ शकणार नाही.''

थोड्या वेळानं आपल्या उदास झालेल्या मुलांना नोरानं पलंगावर गुरगटून

झोपवलं. डायनिंग टेबलवर हाताच्या घडीत डोकं खुपसून हुंदके देत अल्फ बसून होता. दारातून आत शिरणाऱ्या एटना आणि ज्युलीच्या नजरेस हे दृश्य पडलं. एटना आणि ज्युलीनं आपल्या प्रत्येक मुलाकडून एकेक भेटवस्तू नोराच्या मुलांसाठी आणली होती. जोडीला आणखी काही वस्तू होत्या. जेणेकरून नऊही मुलांना काही ना काही मिळावं. ख्रिसमसच्या मेजवानीतलेही काही पदार्थ त्यांनी नोरासाठी आणले होते. एटनानं दोन बटरस्कॉच पाइज् बनवली होती. त्यांतलंच एक नोरासाठी आणलं होतं. एटनाकडे एकच टर्की होता म्हणून त्यातलाच अर्धा कापून छान गुंडाळून तिनं बहिणीच्या कुटुंबासाठी आणला होता. अल्बर्टाच्या त्या बोचऱ्या थंडीत रात्रीच्या वेळी एटना आणि ज्युली सगळ्या वस्तू व्यवस्थित बांधून घेऊन आपल्या बहिणीच्या घरी जोडीनं रस्ता तुडवत आल्या होत्या. मग त्या दोघी व नोरा आणि अल्फ अशा चौघांनी छोटं ख्रिसमस ट्री फॉईलनं छानसं सजवलं आणि मग त्याच्या फांद्यांना मुलांच्या भेटी त्यांनी टांगून ठेवल्या.

दुसऱ्या दिवशी सकाळी नोरा आणि अल्फची मुलं धडपडत अंथरुणातून उठली आणि भेटवस्तूंनी लगडलेला ख्रिसमस ट्री नजरेस पडताच लॉरन उद्गारला ''तो आला होता का?''

एटना आणि ज्युलीनं आपल्या बहिणीला दिलेली ही भेट नक्कीच बहुमोल होती, ती यासाठी की त्यातून त्यांनी तिच्या मुलांची अशा अद्भुत गोष्टींवरची श्रद्धा जपली होती!

म्हणजे मंदीच्या ह्या अतिशय निराशाजनक परिस्थितीतही परस्परांसाठी असं औदार्य दाखवताना दोन्ही बहिणींनी जराही मागंपुढं पाहिलं नव्हतं. जे काय त्यांच्याजवळ होतं, ते त्यांनी वाटून घेतलं. ह्यात उपकाराची भावना नव्हतीच; कारण पुढच्या वेळी आपल्यालाही अशी गरज पडू शकते, हे मनोमन प्रत्येकजण जाणून होती.

आणि अर्थातच असा विश्वासही होता, की अशा परिस्थितीत तिला कधीच एकटं पडू दिलं जाणार नव्हतं.

— क्रिस्टीन वॉकर

निळं झाड

एक वर्ष झालं माझ्या बहिणीला– लॉरीला– जाऊन. बहिणीबहिणी जसं बोलतात, आपसात भांडतात, आपल्या गोष्टी एकमेकींबरोबर वाटून घेतात, अगदी तशीच जवळीक आमच्यातही होती. तरुणपणी आमच्या शंकाकुशंका, आमची स्वप्नं आम्ही एकमेकींपाशी व्यक्त करत असू. परमेश्वरावर आमची दोघींची श्रद्धा होती. त्याच्याच बरोबरीनं मृत्यू आणि त्यानंतर माणसाचं काय होतं, याचीही भीती आम्ही मनात बाळगून होतो. म्हणजे त्यावर आमचा पूर्णपणे विश्वास होता असं नाही; पण त्याचा काहीतरी पुरावा मिळावा आणि आमच्या मनातली शंका दूर व्हावी, अशी आमची इच्छा असे.

वयाच्या अवघ्या एकोणिसाव्या वर्षी माझी बहीण आजारी पडली. ते तिचं शेवटचंच आजारपण असेल, अशी आम्ही कोणी कल्पनाही केली नव्हती. ती तरुण होती. चैतन्यानं सळसळत होती. कॉलेजात यश संपादन करत होती. तिच्यापुढे उज्ज्वल भवितव्य होतं. मग दोन-तीन वर्षांनी तिची ज्या आजाराशी झुंज चालू होती, तो आजार म्हणजे एड्स होता असा आम्हाला शोध लागला. मग काय, ती फार जगणार नाही हे निश्चितच झालं. ह्या संपूर्ण आजारात मृत्यूनंतर काय, याबद्दलची तिची भीती हळूहळू कमी होत गेली.

वयाच्या एकोणतिसाव्या वर्षी तिला मृत्यू आला, त्या वेळी मी तिच्या जवळच होते. आपल्या कुटुंबाचा वियोग व्हावा, अशी तिची मुळीच इच्छा नव्हती. पण स्वर्गातलं तिचं स्थान पक्कं आहे आणि तिथलं सौंदर्य तिला खुणावतंय, हे तिनं अनेकदा बोलून दाखवलं होतं. पण मला मात्र कोणीतरी धीर द्यावा आणि त्याच्या सत्यतेची प्रचिती यावी, असं फार वाटे. स्वर्गातल्या बहिणीकडून काहीतरी संदेश यावा, अशी मी वर्षभर जवळजवळ रोज वाट पाहत होते. जगाला मी वेगवेगळ्या नजरेनं न्याहाळत राही. प्रत्येक पक्षी, प्रत्येक फुलपाखरू... माझ्या खिडकीच्या चौकटीवर त्यानं बसावं, काही संदेश आणावा, त्याची काही ओळख पटावी, मृत्यूनंतरच्या तिच्या अस्तित्वाच्या खुणा मला पटाव्यात म्हणून मी सतत प्रतीक्षा करत असे.

एक दिवस बहीण माझ्या स्वप्नात आली. ती जिवंत होती, अगदी ठणठणीत

होती. जणूकाही प्रत्यक्ष तिच्या जवळ बसून मी गप्पा मारल्या. स्वर्गाचं अस्तित्व, आत्म्याची शाश्वती यांची सत्यता मला पडताळून पाहता यावी याविषयीसुद्धा आम्ही बोललो. ती हसली आणि म्हणाली ''लाडके, निळ्या झाडाचा शोध घे. आयुष्य म्हणजे काय हे समजून घ्यायला ते तुला मदत करील आणि परमेश्वर आणि स्वर्ग यांची तुला खात्री पटेल. निळ्या झाडाचा शोध घे...'' सकाळी मला जाग आल्यावर मी माझ्या कुटुंबीयांशी त्या स्वप्नाबद्दल बोलले. आपल्या मुलीच्या वियोगानं उद्ध्वस्त झालेली माझी आईसुद्धा माझ्या बहिणीचा आत्मा स्वर्गात असल्याची काही खूण पटावी हा एकच हेतू धरून बसली होती. पण ते निळं झाड दिसणं शक्यच नाही, अशी आम्ही चर्चा केली. खरंच ते असेल का? आणि समजा ते असलंच, तर त्याचा अर्थ काय असेल?

त्यानंतर अनेक दिवसांनी आठवड्याच्या कामानंतर मी माझ्या कुटुंबाच्या सहवासात घरी होते. मुलं झोपेच्या तयारीत होती आणि झोपताना गोष्ट वाचून दाखवण्यासाठी म्हणून आम्ही दिवाणखान्यात एकत्र बसलो होतो. तीन वर्षांची माझी मुलगी मॅडिसन हिचं लॉरीमावशीशी फारच सख्य होतं. त्या दोघींचं अगदी मेतकूट होतं. त्या रात्री ''मी सगळ्यांना गोष्ट वाचून दाखवणार'', असं मॅडिसननं जाहीर केलं. मग रांगत माझ्या मांडीवर येऊन बसून तिनं गोष्टीला आरंभ केला. त्या क्षणी मला खोली कशानंतरी एकदम भारून गेल्याचं जाणवलं. रोजच्या धावपळीत आम्ही सगळे एकत्र बसलोय आणि गप्पा मारतोय असे प्रसंग फारच क्वचित येत. डॉ. सूसचे पुस्तक हातात घेऊन ती तिला आठवणारे शब्द बडबडायला लागली. तिनं तिचे हात माझ्या गळ्याभोवती टाकले आणि माझ्याकडे पाहत म्हटलं, ''आई, ते बघ निळं झाड. लाल कुत्रा त्या निळ्या झाडावर बसलाय.'' तत्क्षणी बहिणीनंच मला काहीतरी संदेश पाठवल्याचं मला जाणवलं. त्या गोष्टीची साक्ष अगदी माझ्या पुढ्यात माझ्या जवळच होती की!

आपलं कुटुंब, आपली मुलं आणि आपलं त्यांवरचं प्रेम हीच ती गोष्ट. परमेश्वराचं अस्तित्व त्यातच नव्हतं का?... तेच निळं झाड!

— मेरेडिथ रॉबनेट

त्या दिवशी माझी बहीण
टपालातून निघाली होती

व्हॅलेंटाइन्स डे ला आईला एक चॉकोलेट्सचा डबा बाबांनी दिला होता. त्यातली चॉकोलेट्स अगदी चवीचवीनं खाऊन तो डबा तिला मार्चपर्यंत पुरवायचा होता. "मी रोज फक्त एक खाणार. ती खूप दिवस पुरली पाहिजेत. बरं का रे मुलांनो, तुम्ही त्यापासून जरा लांबच रहा. मी रोज तुम्हाला एक खायची परवानगी देईन. पण एकच हं! मला त्याच्या आसपास कोणीही दिसता कामा नये. कळलं ना?"

"हो." आम्ही वचन दिलं. म्हणजे तिची जेवढी खात्री पटवता येईल तेवढी आम्ही पटवली. पण थोड्याच दिवसांत ते वचन मोडलं गेलं.

"ग्लेंडा, लॅवेल, इकडे या लवकर!" आईनें तिच्या खोलीतून हाका मारल्या. "वरची फक्त तीन-चारच चॉकलेट्स संपायला हवी होती. मलातर वरचा अख्खा थर गेलेला दिसतोय. म्हणजे जवळजवळ एक पौंड चॉकलेट्स खतम् झालीत. तुमच्यापैकी कोणी लबाडी केलीय ही?" मला माहीत होतं, मी केलेलंच नव्हतं. म्हणून मी आईला सांगितलं, की लॅवेलनंच केलीय.

"नाही, मी नाही खाल्ली. ती सगळीच्या सगळी उंदरानं खाल्ली असतील." लॅवेलनं जाहीर केलं. तिला वाटलं, आई रोज उंदरांसाठी पिंजरा लावतेच, तेव्हा उंदरांवरच आळ घेता येईल.

आईच्या डोळ्यांतलं हसू माझ्या नजरेत भरलं, पण लॅवेलच्या नाही. कारण त्या सगळ्या वातावरणात तिला मजेचा लवलेशही दिसत नव्हता. तिला वाटलं, आता आपल्या पाठीत धपाटा बसणार किंवा रात्रीचं जेवण न घेता तसंच झोपावं लागणार. याहून काही कठोर शिक्षा— उदा., महिनाभर भांडी घासायला लावणं, कोंडून ठेवणं इ.— शक्यच नव्हती, कारण ती फारच लहान होती.

"तुम्हाला कसं वळण लावायचं, याचा विचार मला आजच्या आज केलाच पाहिजे. बघ, तुझ्या हातून काय घडलंय त्याचा नीट विचार कर."

ह्यातून आता सुटका नव्हती. पाच वर्षांच्या लॅवेलच्या डोक्यात भन्नाट कल्पना आली. आपण पोस्टानं आजीकडेच जायचं. घड्याळाचे काटे एक आणि शून्यावर

येतात ती वेळ पोस्टमननं टपाल घेऊन जाण्याची असते, ते तिला माहीत होतं.

सकाळचे साडेनऊ झाले होते. मार्च महिन्यातली अगदी गोठवून टाकणारी सकाळ होती. लॅवेलनं आपला बर्फात घालून जायचा पोषाख चढवला आणि ती दारातून सरळ बाहेर पडली. मुख्य हायवेला जाणारा हा रस्ता खूपच लांबलचक होता. आपली ही करणी पुढे कित्येक दिवस कुटुंबात एक आख्यायिका होऊन राहील, याची तिला पुसटशीही कल्पना नव्हती.

दहा वाजायला आले. ''अगं, लॅवेल कुठे गेलीय, माहितेय का?'' आईच्या आवाजातलं काळजीयुक्त आश्चर्य लपत नव्हतं.

''नाही माहीत,'' मी म्हणाले. काहीतरी रचून सांगण्याची ही वेळ नाही, हे मला जाणवलं होतं.

''कुठेतरी लपली असेल, कारण तिला माहीत आहे की मी शिक्षा करीनच.''

जिथे ती लपेल असं वाटत होतं, त्या सगळ्या जागा मी धुंडाळल्या. धुवायला टाकायच्या कपड्यांच्या जागेत पाहिलं, सगळ्या पलंगांखाली डोकावले, किचनचे कॅबिनेट्‌सही शोधले, आई-बाबांच्या क्लॉजेटमध्ये कपड्यांच्या मागे, इतकंच नव्हे तर लाँड्रीच्या कपड्यांच्या ढिगातही. कोटही न चढवता मी बाहेर जाऊन बाबांच्या दुकानातसुद्धा डोकावून आले. पण ती कुठेच नव्हती. पळत पळत घरात शिरून मी अगदी जीव खाऊन ओरडले, ''आई, लॅवेल नाही आहे. ती खरंच पळून गेलीय.''

आई खूपच घाबरली. बाबांच्या दुकानाकडे ''लॉइड लॉइड'' असं ओरडत पळत जाताना मी तिला खिडकीतून पाहिलं.

काही क्षणांतच आई-बाबा दोघंही घरी परतले. ''मी पोलिसांना फोन करतो,'' बाबा म्हणाले.

''अरे देवा! कुठे त्या जंगलात हरवली तर काय करायचं? थंडीनं किती गारठून जाईल!'' आईला रडू फुटलं.

मी पण हुंदके देऊ लागले. इतक्यात फोन वाजला.

बाबांनी फोन उचलून उत्तर दिलं. फोनवरचं ऐकत असताना त्यांच्या चेहऱ्यावरचे भाव भराभर बदलत होते. काहीतरी भयंकर घडलं असणार अशा अपेक्षेनं आम्ही बघत होतो, तितक्यात बाबा म्हणाले, ''थँक्यू मॉडी. आम्ही लगेच येतोच तिथे.'' आणि इतकं बोलून ते खो खो हसत सुटले.

''ह्होडोडेंड्रॉनच्या पोस्टातनं फोन होता. आपलं एक पॅकेज तिथं आलंय त्यांच्याकडे; म्हणजे लॅवेल गं! पोस्टमनला ती पोस्टाच्या पेटीजवळ स्नोबँकपाशी बसलेली दिसली, तो आपली डाक घ्यायला गेला तेव्हा इथं इतक्या लांब घरापासून दूर ती काय करतेय असं त्यांनं तिला विचारलं, तेव्हा ती म्हणाली, ''मला टपालातून जायचंय.'' तेव्हा त्यानं विचारलं. ''का गं?''

तर ती म्हणाली, ''मी आईची जवळजवळ सगळी चॉकोलेट्स खाल्ली आणि आता मला आईचा मार खावा लागणार.''

''काय? तिला टपालातून जायचं होतं?'' विश्वास न बसून आई ओरडलीच. मी तर धक्क्यानं थिजूनच गेले.

''मी गाडी गरम करतो. आपल्याला दोघांना लगेच जायला हवं, मार्गोरी.'' बाबा गालातल्या गालात हसत होते.

ती दोघे गाडीतून जात असताना मी पुढच्या खिडकीतून त्यांना पाहिलं. पोस्टाच्या सगळ्या पॅकेजेसच्या जोडीनं बहिणीवर शिक्का मारला जातोय, असं दृश्य माझ्या डोळ्यांसमोर तरळून गेलं.

थोड्याच वेळात ते परतले. सर्वप्रथम मी काय पाहिलं असेल, तर बहिणीच्या कपाळावर मध्यभागी मारलेला पोस्टाचा शिक्का! माझी नजर तर त्याच्यावर खिळूनच राहिली; कारण तो वेगळाच होता, नेहमीच्या गोल्ड स्टारपेक्षा.

''त्यांनी मला गरम गरम कोको दिला,'' तिनं अगदी अभिमानानं सांगितलं.

''तुला खरं म्हणजे चांगला धपाटा घालायला पाहिजे,'' आई म्हणाली, ''पण मी देणार नाहीये; कारण तू सापडल्याचाच मला आनंद झाला आहे.''

पण बाबांना ही सगळी गंमतच वाटत्येय. आईला असा त्रास देणं यात मलातरी काहीच मजा दिसत नाही.

मग जेवताना बहिणीनं तिच्या शब्दांत सगळी गोष्ट सांगितली.

''ते पोस्टमनकाका चांगले होते. ते म्हणाले, 'आजीकडे तुला पोस्टानं पाठवायचं तर किती तिकिटं लावायला लागतील ते आधी बघायला हवं; म्हणून मी तुला पोस्टात घेऊन जातो.' मग पोस्टात गेल्यावर मॉडीला त्या पोस्टमनकाकांनी विचारलं, की 'किती तिकिटं लागतील म्हणून.' मॉडी म्हणाली, 'आपल्याकडे इतकी तिकिटंच नाहीत. तिला इथे आणल्याबद्दल आपण शिक्काच मारू या.' मग तिनं माझ्या कपाळावर हा शिक्का मारला.''

बाबांना हसू आवरेना. ''पोस्टाच्या पेटीजवळ तू बसलीयेस असा फोटो काढायचाय उद्या. तो मग आपल्याला आपल्या अल्बममध्ये लावता येईल. ही सगळी आठवण आपल्याला कायमच राहील ना मार्गोरी?'' बाबा म्हणाले आणि पुन्हा हसत सुटले. आईनंही हसल्यासारखं केलं.

रात्री आईनं तिला अंथरुणावर झोपवलं आणि मी पाहिलं की तिनं हळूच तिचा पापा घेतला. अजूनही तिच्या कपाळावर मिरवणाऱ्या त्या पोस्टाच्या शिक्क्याच्या बरोब्बर वर!

— ग्लेंडा बार्वे

ज्या रात्री माळ्यावरची जमीन करकरली

''चला मुलांनो,'' आई म्हणाली. मला आणि माझ्या बहिणीला अंथरुणात स्वत: बनवलेल्या गोधड्या पांघरताना तिनं दटावलं, ''चला झोपा आता. सांता क्लॉजनं तुम्ही जाग्या असलेलं पहिलं, तर तो तुमच्यासाठी काहीच भेट ठेवणार नाही.''

त्या भयंकर विचारानं मी शहारलेच.

''काहीच नाही ठेवणार?''

आईला हसू आलं. ''हो, मग? घरात सर्वत्र शांतता हवी असते त्याला आणि सगळ्या मुला-मुलींनी गाढ झोपलेलं असावं लागतं. तुम्हाला काय हवंय ते तुम्ही सांताला सांगितलंय. आठवतंय ना? ठीक आहे. मग आता दिवे बंद.''

तिनं आमचे पापे घेतले आणि तो जुना केरोसिनचा दिवा उचलला. क्षणार्धात आमच्या बेडरूममध्ये काळाकुट्ट अंधार पसरला.

हं. माझा सांतावर विश्वास होता. मी अगदी मनापासून त्याच्यावर श्रद्धा ठेवून होते. मी जागी आहे असं त्याला कळलं तर तो नाराज होईल, ही कल्पना माझ्यासाठी फारच भयानक होती. त्यानं मला हवी असलेली बाहुली नाही ठेवली तर? मी डोळे शक्य तितके घट्ट मिटून घेतले आणि पांघरूणसुद्धा डोक्यावर ओढून घेतलं.

''शुक् शुक् बॉनी,'' भल्यामोठ्या पलंगाच्या दुसऱ्या बाजूनं बेट्टी माझ्या जवळ सरकली आणि तिनं मला ढोसलं.

पांघरुणाखालूनच मी तिला ढकललं. ''शूऽऽ! सांताला तुझा आवाज ऐकू जाईल ना!''

ती हसली. ''काय?'' ती परत कुजबुजली. आठ वर्षांच्या म्हणजे अगदी मोठ्या मुलीच्या थाटात ''अगं, या सगळ्या गोष्टींवर तुझा विश्वास आहे का? नाही ना?''

''अर्थातच आहे! शू ऽऽ! त्याला ऐकू जाईल ना.''

''बॉनी, अगं आपल्या छतावर सांताची गाडी व सांता आणि ते रेनडियर्स हे सगळे मावणार नाहीत. दुसरं म्हणजे ते सगळे इतके वजनदार असतील, की ते

छप्पर मोडून आतच पडतील. आणि शिवाय...'' तिच्या बोलण्यात उघडउघड उपहास होता. ''बाबा मागच्या आणि पुढच्या दरवाजाला रोज रात्री कुलपं लावतात. मग सांता आत येईलच कसा?''

आता तुच्छतेनं बोलायची माझी पाळी होती.

''अगं, धुराड्यातून. विसरलीस का?''

''ज्या घरात फायर प्लेस असेल, तिथं कदाचित शक्य असेल. पण आपल्या धुराड्यातून समजा तो आलाच, तर तो धप्पकन् आपल्या ढेरपोट्या चुलाणाच्या मधोमधच पडेल.''

''ए शहाणे, तो मागच्या वर्षी आला होता बरं का! होता ना? आणि त्याच्या आधीच्या वर्षी? मग तो कसाही येऊ शकतो, समजलं का?''

माझ्या बहिणीनं तिचं घोड्यासारखं खिंकाळणं दाबून ठेवलं. ''अगं, कोणीतरी आलं असेल, पण सांता नक्कीच नाही!''

''तुला काय माहीत?''

''जरा वेळ वाट बघ. तुझे कान उघडे ठेव आणि मग तुझं तुलाच कळेल.''

इतकं सगळं होईतो आमच्या फार्म हाउसवर शुकशुकाट झाला होता. तीन वर्षांचा माझा भाऊ बॉबी अंगाची गुंडाळी करून त्याच्या पलंगात झोपला होता. छोटी पॉला तिच्या कठड्याच्या पलंगाला बिलगून झोपली होती. शेकोटी पार विझून गेली होती. धान्याच्या कोठाराजवळच्या प्राण्यांच्या हालचालीसुद्धा मंदावल्या होत्या.

इतक्यात मी ज्याची चाहूल घेत होते, ते पायांचे आवाज– करकर– माझ्या कानी आले. अगदी बरोब्बर माझ्या डोक्यावर!

''बेट्टी!'' मी हळू आवाजात हाक मारली. तिला ढोसत. ''ऐकलंस का? सांताची ढकलगाडी!''

''हॅं! कशावरून गं?'' तिच्या आविर्भावात अगदी तुच्छता होती.

''तुला छतावरचा आवाज नाही का ऐकू आला? आणि ती पावलं? त्यांचा आवाजसुद्धा तुला ऐकू येईल. माझी बाहुली तो विसरला नाही म्हणजे मिळवली!''

मी घाबरून म्हणाले, ''बेट्टी, उगीच खिदळू नकोस हं, नाहीतर त्याला ऐकू जाईल.''

पण ती इतक्या जोरजोरात हसत होती, की तिनं आपल्या तोंडात उशी कोंबली ''शूऽऽ! ए मुली,'' तिनं उचकी देत म्हटलं, ''काय म्हणतेय मी?''

मी आमच्या पलंगावर उठून उभी राहिले, टाचा उंचावत. त्या जादुई क्षणांचा आवाज मला कानात साठवून ठेवायचा होता. पण मला काय ऐकू आलं, तर माझ्याच बाबांचा आवाज!

तरीही मी प्रतिकार केला. ''अगं, म्हणजे ते सांताला मदत करत असतील.''

बेट्टीनं जांभई दिली. ''शी! काय वेडी आहे! बाबा आणि आई म्हणजेच सांता आहेत. अगं शहाणे, जरा मोठी हो आणि समजून घे.''

बाबा हातोडी आणि स्क्रू घेऊन दिवाणखान्यात काहीतरी करताहेत हे लक्षात आल्यावर मात्र आता काही आपल्याला झोप येणार नाही, असंच मला वाटलं.

नंतर अर्थातच मला झोप लागली असणार; कारण बेट्टी मला हलवून हलवून उठवत असल्याचं जाणवलं. ''ऊठ. ए. कुंभकर्णी! ख्रिसमसची सकाळ झालीय म्हटलं!''

गारठवून टाकणाऱ्या दिवाणखान्याच्या दिशेनं आम्ही पळालो. मेणबत्त्या आणि केरोसिनचे दिवे विझले होते. शेकोटी बंद होती. पण सगळीकडे शोभिवंत बॉक्सेस, बॅग्ज मात्र पसरल्या होत्या. गोळे गोळे असलेले मोजे टांगलेले दिसत होते.

''चल, आईबाबांना उठवू,'' मी तिला विनवलं, ''अगं, सांतानं काय काय आणलंय, तेतरी पाहू दे की त्यांना!''

''त्यांनी आधीच पाहिलं असणार. मला माहीत आहे.'' ती अगदी रूक्षपणे म्हणाली. पण पुढच्याच क्षणी आम्ही आई-बाबांच्या पलंगात शिरलो. ''आज ख्रिसमस आहे,'' बेट्टी ओरडली. आई-बाबांनी डोळे चोळले. ''तुम्ही या ना! सांतानं काय आणलंय ते बघू या.''

मी आश्चर्यानं तिच्याकडे पाहत राहिले. ''सांता? पण काल रात्री तर तू म्हणालीस...''

''ए चूप गं! मी काय सांगितलं ते विसरून जा. आज ख्रिसमस आहे, कळलं?'' ती म्हणाली.

हो, आणि तो होताच. एक शानदार ख्रिसमस! आम्ही फॉलमध्ये गोळा केलेल्या नट्स आणि सफरचंदांनी आमचे मोजे अगदी खच्चून भरलेले होते. शिवाय विविध रंगीबेरंगी गोळ्या. त्या तर मी कधी जन्मात पाहिल्या नव्हत्या. त्यांचे रंग हिऱ्या-माणकांप्रमाणे चमकत होते. क्रिसमस ट्री, सांता आणि चांदण्या अशा सगळ्या ठिकाणी त्या गोळ्या होत्या. आणि हो, शिवाय मला हर्षेज्ची पाच चॉकोलेट्ससुद्धा मिळाली होती.

एक पेन्सिल आणि पिवळे कोरे कागदसुद्धा मला मिळाले. एक बाहुली, अगदी खरीखुरी. डोळे उघडणारी, मिटणारी. आईनं तिच्यासाठी शिवलेल्या एका मस्त मऊ दुलईत लपेटलेली. कडेला निळी रिबन लावलेली. निळा रंग माझा अगदी आवडता आहे. मी तिचं 'राजकन्या पॅटी' असं नाव ठेवलं. बेट्टीच्या बाहुलीच्या ब्लॅंकेटला लाल रिबन होती. तिचा आवडता रंग. बॉबीच्या नव्या लाल गाडीत आम्ही पॉलासकट आमच्या बाहुल्यांना बसवलं आणि मग ती गाडी ओढत ओढत सगळ्या घरभर चक्कर मारली, आनंदानं हल्लागुल्ला करत.

''तू रात्री सांगितलंस ते खरं होतं,'' मी बेट्टीला म्हटलं, ''आई-बाबांनीच आपल्याला बाहुल्या दिल्या. सांता क्लॉजनं नाही. सांताला काही माझ्या बाहुलीसाठी आईनं शिवलंय त्याच्या निम्म्यानंही चांगलं ब्लॅंकेट शिवता आलं नसतं.''

मजेनं हसत तिनं आपला अर्धा रिकामा झालेला मोजा धरून म्हटलं. ''एका चॉकोलेटच्या बदल्यात मी तुला तीन सांताचे मुखवटे देते. चालेल?''

अचानक मीही दुकानदाराच्या थाटात माझ्या बॅगमध्ये हात घालून म्हटलं, ''चालेल. तीन बदाम टाक याच्यात. सौदा कबूल?''

तेवढ्यात बाबा आत आले, ''मला पण चॉकोलेट्स आवडतात बरं का!'' हात पसरून त्यांनी आम्हाला चिडवत म्हटलं. त्यांना खूप चॉकोलेट्स मिळाली. हळवी, भावूक, गाढ!

पण हर्षेंजूची नाहीत. ती तसली जर त्यांना हवी असती, तर खुद्द सांताकडेच मागितली असती ना त्यांनी!

– बॉनी कॉम्प्टन हॅन्सन

आठवणींच्या पायवाटेनं

*तुमच्याइतकीच मनानं तरुण बहीण असणं किती भाग्याची गोष्ट
आहे.*

– पॅम ब्राऊन

'व्हाइट ख्रिसमस' नावाच्या फिल्ममध्ये नाइट एक छानदार क्लबमधला प्रसंग चित्रित केला आहे. त्यात आपल्या बहिणीशी आपलं किती खास घट्ट नातं आहे, अशा आशयाचं गाणं 'रोझमेरी क्लूनी' गाताना दाखवली आहे. नात्याची घट्ट गुंफण असलेल्या इतर अनेक कुटुंबांप्रमाणेच मला आणि माझ्या बहिणींना असं वाटतं, की आयर्विन बर्लिनचं जे प्रसिद्ध काव्य आहे, ते आपल्यावरच बेतलेलं असावं.

आमच्या तिघींच्या लग्नाला एकूण मिळून पंच्याऐंशी वर्ष झाली आहेत. आठ मुलं, चार पाळलेले प्राणी, चार गहाणखतं, तीन पूर्णवेळच्या नोकऱ्या आहेत. (आम्ही एकूण वजनी किती पौंड आहोत, ते आमचं गुपित आहे!) या सगळ्या धकाधकीच्या व्यापातून आपण बहिणीबहिणींच फक्त आपल्या वडिलांना भेटायला   फ्लोरिडाला जाऊ या, असं माझ्या मोठ्या बहिणीनं एकदा सुचवलं. आमच्या या खुश्कीच्या मार्गाच्या ट्रिपसाठी सर्वांना सोयीची वेळ शोधणं हे काही सोपं काम नव्हतं. ट्रिपचा बेत आखणं ही जरी सर्वांत अवघड गोष्ट असली, तरी सोपी गोष्ट म्हणजे वाटेनं जाताना आम्हालाच आमचा पुन्हा लागलेला शोध!

ट्रिपची तयारी करताना आम्ही आमचा एक जुना आवडता ब्लॅक अॅन्ड व्हाइट फोटो बाहेर काढला, ज्यात आम्ही तिघी ऑर्चर्ड बीचवर एकसारखे स्विमिंग सूट घालत बाबांबरोबर अत्यंत आनंदानं व्हॅनिला आइस्क्रीम खातोय! फ्लोरिडाच्या आउटिंगसाठी आता आमच्याकडे एकसारखे स्विमिंग सूट्स नसतील; पण जीवनातल्या साध्यासाध्या गोष्टींतला आनंद घेण्याची आमची वृत्ती अजूनही आहे तशीच आहे. उदा., निळं निरभ्र आकाश, विस्मयकारक शंख-शिंपले, ताज्या खाऱ्या हवेचा मनमोहक सुगंध. नाकोमिस बीचवर आम्ही तिघी बहिणी पाण्यातून वाट काढत असताना भरतीच्या लाटेबरोबर ती गेलेली वर्ष आपोआप उलगडत गेली.

संपूर्ण ट्रिपमध्ये कौटुंबिक सुखद स्मृती अनपेक्षित ठिकाणी अचानक उफाळून आल्या. एका रविवारी माझ्या बाबांच्या लाल सेडानमध्ये दाटीवाटीनं बसून आम्ही सफरीला निघालो. निघण्यापूर्वी आमचे सीटबेल्ट्स आम्ही अगदी दक्षतेनं बांधले. स्टॉप साइनजवळ जेव्हा गाडी अचानक थांबली, तेव्हा माझी बहीण पुढच्या सीटवरून एकदम हात उडवून ओरडली, 'घट्ट पकडून बसा!' आणि आम्ही लहान असताना सीटबेल्टच्या संदर्भात काय घडलं होतं, याच्या आठवणी एकदम जाग्या झाल्या. आम्ही पुढे निघालो. मोकळ्या रस्त्यावर लागल्यावर आपापल्या जागेवर सुरक्षित बसलेल्या आम्ही प्रौढांनी बेल्ट सोडून टाकले. हायवेच्या पाट्या आणि वेळ मागे पडत राहिला.

त्याच दिवशी दुपारी आम्हाला एका नव्या घराच्या बांधकामावर फेरफटका मारायची संधी मिळाली आणि आमचे भविष्यात श्रीमंत होऊ पाहणारे नवरे ते मिलियन डॉलरचे राजवाडे आमच्यासाठी खरेदी करताहेत, अशी कल्पनासुद्धा आम्ही करून पाहिली. एका रिसॉर्टमधून आम्ही बाहेर पडत असतानाच त्या आवारातल्या आपल्या घराकडे एक उंच रुबाबदार सुरेख तरुण परतताना दिसला. तो ऐकू येण्याच्या टप्प्याबाहेर गेल्याबरोबर नवतारुण्यातलं सुपरिचित वाक्य माझ्या कानांवर आलं... ''मला तो सर्वांत आधी दिसला!''

त्या दिवशी रात्री एका उपलब्ध बेडरूममध्ये दाटीवाटीनं झोपलो असताना आम्ही आमच्यापैकी एकीच्या खऱ्या नवऱ्याला फोन लावला. e-bay वर तो विक्री करत असलेल्या एका वास्तूत आम्हाला विशेष रस असल्याचं नाटक आम्ही केलं. आम्ही अगदी खरेखुरे खरेदीदार असल्याची बतावणी करीत असतानाच पार्श्वभूमीला जे काय खिदळणं चालू होतं, त्यानं आमचं पितळ नक्कीच उघडं पडलं असणार!

शेवटी आमच्या निरोप समारंभाच्या पजामा पार्टीची वेळ येऊन ठेपली. आम्ही कसं तिथल्या सभ्य पाहुण्यांसारख्या वागलो, याबद्दल आम्ही परस्परांचं अभिनंदन करत होतो, तोच आमच्या संभाषणात एका प्रचंड आवाजानं व्यत्यय आणला. तो आवाज मर्फी बेडचाच असणार. ''आता मला निवृत्त करा. इथून पुढे मी काम करू शकणार नाही,'' असंच जणू त्याला म्हणायचं असणार. –खरंतर तो धारातिर्थी पडला तेव्हा आम्ही ''श्री लिटील मंकीज् जंपिंग ऑन द बेड'' हे गाणंही म्हणत नव्हतो सुन्न शांततेनंतर आम्ही कामाला लागलो. ''आय लव्ह ल्यूसी'' च्या सुरुवातीच्या भागामध्ये शोभावं अशा तऱ्हेनं आम्ही तो मर्फी बेड पुन्हा भिंतीत जागच्या जागी बसवायची शर्थ केली, पण काही उपयोग झाला नाही. लोखंडी चौकटीवरच्या गाद्या आम्ही ओढून काढल्या आणि सरकत्या दरवाजाला टेकवून उभ्या केल्या. दरवाजा तोडून त्या पडू नयेत आणि त्या आवाजानं बाबांना जाग येऊ नये, अशी आम्ही आशा करीत होतो. दाराला टेकलेली गादी आता पडत्येय का मग पडत्येय अशा अवस्थेत ठेवून, आम्ही त्या लोखंडी चौकटीशी हातापायी करत होतो; पण काहीच जमेना. शेवटचा प्रयत्न म्हणून मी त्या मर्फी बेडच्या क्लॉजेटमधे चढून उभं रहायचं आणि त्या दोघींनी बेड उचलायचा प्रयत्न करायचा असं ठरवलं. (लहान भावंडं काही कामाची नसतात, असं उगीचच म्हणतात लोक!) आम्ही आमचे नवरे आणि मुलांना घरीच ठेवून आलो नसतो, तर त्यांच्या ताकदीचा तरी उपयोग करून घेता आला असता! त्या मर्फीमहोदयांची बरोबरी आम्ही करू शकणार नाही, हे आम्हाला मान्यच करावं लागलं.

खरंतर आमच्या वयांची बेरीज १५८ असतानाही उरलेली रात्र आम्ही ''बापरे! बाबा आपल्याला मारूनच टाकतील,'' अशी काळजी करत बसलो. सकाळ झाली आणि अर्थातच कोणी मेलंबिलं नाही. आपल्या तिघी पोरी एकत्र असल्याच्या बाबांच्या आनंदावर त्या मर्फीलाही विरजण घालता आलं नाही.

संपूर्ण ट्रिपमध्ये आमचे वाचायचे चष्मे आणि सेलफोन्स आम्ही अगदी नित्यनेमानं कुठेना कुठे विसरत होतो. आमची अल्पकालीन स्मृती पहिल्यासारखी राहिली नव्हती; पण सुदैवानं आमच्या दीर्घकालीन स्मृती– बहिणी-बहिणींच्या आठवणी आजही ताज्या टवटवीत आहेत.

– पमेला हॅकेट हॉब्सन

अर्ध्या बहिणीची अर्धीमुर्धी टिपणे

*प्रेम मोजायचं झालं तर ते आपल्याला काय देतं, यावरूनच मोजावं
लागेल.*

– जॉनी एरिकसन टाडा

मी बहीण आहे आणि मी एकुलती एक आहे. गोंधळलात ना? माझं कुटुंब
आणि कुटुंबातलं माझं स्थान समजून घ्यायचं असेल ना, तर तुम्हाला 'युवर्स माइन
अँड अवर्स' हा सिनेमा बघावा लागेल. लहान असताना म्हणजे साठच्या दशकात
हा सिनेमा मी प्रथम पाहिला. ल्यूसिल बॉल आणि हेन्री फोंडाचा. त्यानंच मला
आशेचा किरण दाखवला. तो पाहिल्यावर मला समजलं, की आमच्या कुटुंबातल्या
अशा खिचडीतील जगात काही मी एकटीच नाही. जगात इतरही अनेक असे
वंशवृक्ष आहेत, की ज्यांना माझ्या कुटुंबाप्रमाणेच फाटे फुटलेत.

सिनेमात असं दाखवलंय, की ल्यूसी आणि हेन्री हे अनुक्रमे विधवा आणि
विधुर असतात. एकेकटेच आपापल्या पोरांना वाढवत असतात. तिथे हा युवर्स अँड
माइनचा मुद्दा पुढे येतो. ती दोघं विवाहबद्ध होतात. त्यांना मूल होतं. ते असतं त्या
गोष्टीतलं अवर्स म्हणजे आपलं. मीही अशी अवर्स / आपली आहे आणि माझ्या
त्या पाच भावंडांची अर्धी बहीण आहे.

आमच्या कुटुंबाची गोष्ट अशी आहे– बाबांची पहिली बायको कॅन्सरनं
दगावली. तिच्या मागे ती दोन मुलगे आणि एक मुलगी ठेवून गेली. तर माझ्या
आईच्या प्रथम पतीनं आपलं स्वतःचं जीवन संपवलं. आपल्या पश्चात आपल्या
दोन पोरींचं काय होईल, याचा विचारही त्याच्या मनाला शिवला नसावा.
त्यानंतर मग हे विधुर आणि विधवा टॅबरनॅकल मेथॉडिस्ट चर्चमध्ये एका
भोजनप्रसंगी भेटले. ती दोघं विवाहबद्ध झाली आणि त्यांची कुटुंबं जोडली गेली.
ही गोष्ट आहे १९५७ सालची. त्या वेळी हे असं काही व्हायचं नाही. 'ठेविले
अनंते तैसेची रहावे' या उक्तीच्या हे विपरीत होतं. त्यामुळं त्या अनंताचेही डोळे
विस्फारले असतील.

मी ही अशी अर्धी बहीण आहे, हा शोध मला वयाच्या पाचव्या वर्षी लागला.

त्याच वेळी तुला किती बहिणी आणि किती भाऊ आहेत? असं माझ्या मैत्रिणीनं मला विचारलं. मला झटकन् सांगता येईना; कारण तोपर्यंत माझी सगळी भावंडं घराबाहेर पडलेली होती. म्हणजे कॉलेजाततरी होती किंवा त्यांची लग्नंतरी झालेली होती. मग अर्थातच मला किती भावंडं आहेत, अशी मी आईकडे विचारणा केली. ती म्हणाली, ''पाच अर्धी भावंडं आहेत.''

''अर्धी?'' मी पुटपुटले. मागच्या वेळी मी त्यांना पाहिलं होतं, तेव्हा ते अखंड होते की!

''म्हणजे त्यांचं आणि तुझं नातं अर्ध आहे,'' आईनं समजावलं.

''डेनी, बेकी, जॉन, कॅथी आणि जॅकी हे सगळे अख्खे भाऊ-बहिणी नाहीत?'' मी विचारलं. हा मला धक्काच होता.

''नाही, अर्धे आहेत.'' ती म्हणाली.

हे कसं खरं असेल? मला पटेचना. माझी भावंडं पुरी भावंडंच होती माझ्या दृष्टीनं. आई काही का सांगेना!

हा अर्धी बहीणचा बॉंब आईनं माझ्या त्या बालजगावर टाकला. मी आठवू लागले. वीस वर्षांच्या डेनीबरोबर मी दिवाणखान्यात कित्येकदा पौंडाचा म्हातारा खेळले होते. त्यानं मला इतक्या गुदगुल्या केल्या होत्या, की मी कोचावर गडाबडा लोळलेच होते. तो जर माझा 'पुरा' भाऊ नसेल, तर मग तो नक्की कोण आहे? मला प्रश्नच पडला.

बहिणींतील धाकटी बेकी. तिच्याबद्दलचा एक किस्सातर मी अनेकदा ऐकत आले होते. माझ्या जन्माच्या वेळी ती चौदा वर्षांची होती. आईच्या पोटात मी आहे हे कळल्यावर ती इतकी आनंदली होती, की शाळेतून घरी येताना तिनं 'एस्. एस्. क्रेसगी' दुकानातून चक्क आईसाठी लोणचं खरेदी केलं होतं. ख्रिसमसमधली दिव्यांची रोषणाई दाखवायला जॅकीच मला गाडीतून गावात घेऊन गेला होता. वसंतऋतूत छोट्या कुंडीतून फुलझाडांच्या बिया लावायला कॅथीनं मला मदत केली होती. जोआननं मला ''वोंट यू कम होम, बिल बेला?'' हे गाणं गायला शिकवलं होतं. हे सगळे अर्धे?

हे अर्धी भावंडंप्रकरण मला कळल्यानंतरची गोष्ट. माझी एक मैत्रीण होती. गोरी, पिंगट केसांची शेरी जॅक्सन नावाची. तिनं मला विचारलं, की तुझ्या भावंडांत तू सगळ्यात मोठी की धाकटी? अर्ध भावंड हे माझं नव्यानं प्राप्त झालेलं ज्ञान. झालं! पुन्हा नव्यानं डोक्यात विचारमंथन सुरू झालं. नक्की काय उत्तर द्यायचं? मी सगळ्यात धाकटी, पण खरी म्हणजे मी एकटीच! तिला कसं सांगू, मी फक्त अर्धी बहीण आहे ते? त्या पिंगट केसांच्या जॅक्सनला सगळेच होते. त्यांचं नातं १०० टक्के होतं. सख्खी पिंगट केसांची मोठी बहीण आणि तशशीच धाकटी बहीण. त्या

शेरीनं अर्धी बहीण हा शब्दसुद्धा ऐकलेला नसेल, हे माझे 'अर्धी बहीणप्रकरण' मी जर तिला सांगायचा प्रयत्न केला असता, तर मी कुठलीतरी अगम्य भाषाच बोलतेय, असंच तिला वाटलं असतं.

माझं कुटुंब आणि माझं आयुष्य हे इतरांना कसं समजावून सांगायचं, याच्याशी माझी जन्मभर झटापट चालली. आता लोक मानतात, की 'ब्लेंडेड' फॅमिलीमधली मी एक घटक आहे; पण माझ्या आई-वडिलांनी तसं करून आपल्या मुलांना या वेगळ्याच नातेसंबंधात अडकवलं. तेव्हा हा शब्दही तयार झालेला नव्हता.

माझं या कुटुंबात आगमन झाल्यावर माझ्या कुटुंबातल्या प्रत्येक व्यक्तीनं मला त्यांची म्हणून स्वीकारलं आणि ही भावना माझ्यासाठी सुखावहच होती. कुटुंबातली मीच फक्त अशी व्यक्ती होते, की जिचं इतर सातांशी रक्ताचं नातं होतं. हो, ही मोठीच जबाबदारी होती. पण मी प्रत्येकाची असतानाही एकटीच होते. कदाचित एकुलतं असण्यापेक्षाही अधिक एकाकी. एकुलत्या मुलाबरोबर सावत्र भावंडं, सावत्र मुलं, सावत्र आईबाप अगदी सावत्र कुत्रासुद्धा– असली कुटुंबातली गणितं उद्भवत नाहीत. माझ्यासाठी अर्ध आणि अर्ध नसलेलं आधीचं आणि नंतरचं असं काही नव्हतं. माझ्या सावत्र भावंडांना त्यांच्या आई-वडिलांच्या मृत्यूपूर्वीचा काळ ठाऊक होता. त्यांच्या आई-वडिलांच्या मृत्यूनंतरचं दुःख त्यांनी अनुभवलेलं होतं. त्यांच्या आई-वडिलांनी पुनर्विवाह केल्यानंतरची तडजोडही त्यांनी भोगली होती. त्यांनी मला या जगात येताना पाहिलं होतं. दोन पूर्ण आईवडील आणि अर्ध्या भावंडांची भलीमोठी परेड असलेली बहीण.

मृत्यू पावलेल्या त्यांच्या आई-वडिलांच्या गोष्टी मी ऐकल्या होत्या. माझ्या जन्मापूर्वी माझ्या आई-बापांनी माझ्या सावत्र आई-बापांवर आणि माझ्या भावंडांनी त्यांच्या आई-बापांवर प्रेम केलं होतं. माझ्या अर्ध्या भावंडांना काका, मामा, मावशया आणि चुलत, मामे, आत्तेभावंडं होती. ती फक्त त्यांचीच होती. "लुईस माझी कोण?" मी आईला विचारी. "तशी कोणीच नाही," आई सांगे. "ती डेनी, कॅथी आणि जॅकीची मामेबहीण."

कित्येकदा माझ्या काही भावंडांना माझा हेवा वाटे; कारण मला माझे आई-वडील दोघेही सख्खे होते. माझ्या भावंडांच्या दृष्टीनं माझं शैशव सुखाचं होतं. कुटुंबातल्या सर्वांत लहान मुलाला वाढवणं तसं सोपंच असतं. मग त्याची वंशपरंपरा काही का असेना!

काही सनातनी कुटुंबांना माझं हे भावंडांचं कडबोळं समजण्यापलीकडचं वाटतं. माझ्या भावा-बहिणींना ते रक्ताचे मानत नाहीत. ते म्हणतात, "ती तुझी सावत्र बहीण आहे ना?" आमच्यात ही अशी वर्गवारी असूनसुद्धा (सगळ्याच कुटुंबांतली ती

वाईट प्रथा आहे.) मला माझ्या भावांचा आणि बहिणींचा 'अर्धा' असा उल्लेख करायला आवडत नाही; कारण तसं करणं म्हणजे माझ्या मनात त्यांचे जे स्थान आहे त्याला धक्का लावणं, असं मी समजते. तसं केलं तर मग माझं बहीणपणही अर्धंच उरेल ना!

आयुष्यभर हे तथाकथित अर्धं नातं जेवढं असायला हवं, तेवढं परिपूर्ण राहिलं आहे.

– अँजी क्लिंक

दिवा मालवा

जगात प्रेमाला सर्वोच्च स्थान आहे, हे मला नमूद करावंसं वाटतं.
– डी. एल्. मूडी

अतिशय लहानलहान दोन बेडरूम असलेल्या एका भयाण सुन्न अशा घरात आठजणांचं कुटुंब वास्तव्य करतंय आणि त्या खोल्याही पाडण्याची नोटीस मिळालेली आहे, अशी कल्पना करून बघा.

ती आमची तात्पुरती व्यवस्था होती. रेल्वेच्या रस्तेखात्यात बाबा काम करत होते आणि त्यांची बदली झाली होती. थोड्याच दिवसांत आमचं कुटुंब आमच्या परिचयाच्या आणि अर्थातच आमच्या आवडत्या गावात स्थायिक होणार होतं. ते घर पडण्यापूर्वी आम्ही तिथले शेवटचे भाडेकरू होतो आणि त्या संधीचा आम्ही पुरेपूर फायदा घेत होतो. भिंतीवर अनेक ठिकाणी आम्ही लिहिलं होतं. फिका करडा वॉलपेपर विविध रंगीत चित्रांनी आम्ही भरून टाकला होता. त्या जुन्या घराविषयीची आमची मतंसुद्धा त्यावर आम्ही खरडली होती. (हा वॉलपेपर भयंकर वास मारतो इ.)

ते छोटं घर अगदी गैरसोयीचं होतं. बाथरूम स्वयंपाकघरापासून लांब होती. मोकळी जागा फार नव्हती. बाथरूम वाढवून त्याची पँट्री केली होती, डबे ठेवण्यासाठी उपयोग करता यावा म्हणून! वरच्या मजल्यावर आणखी एक बाथरूम होती, पण घरात आठ माणसं असल्यावर कधीतरी वाट पहायची वेळ येतच असे. वरच्या मजल्यावर जाणाऱ्या जिन्याला कठडा होता. आम्ही मुलं जिना कधीच उतरून येत नसू, आम्ही कठड्यावरून घसरून येत असू. त्यावरून घसरून यायला भारीच मजा येत असे. बऱ्याचदा असं घसरताना कठड्याचे काळे पट्टे शर्टवर उठत, पण ते मिरवायलाही आम्हाला आवडत असे.

दोघा भावांसाठी एक बेडरूम होती आणि आम्ही चौघी बहिणी दुसरी वापरत असू. आईबाबांना स्वतंत्र खोलीच नव्हती. दिवाणखान्यातला सोफा कम् बेड वापरायचा प्रसंग त्यांच्यावर येत असे. आमच्या बेडरूममध्ये आम्ही भिंतीला जोडून दोन पलंगांची सोय केली होती, की जेणेकरून त्या दोन पलंगांच्या मध्ये खोलीत

वावरण्याला थोडी जागा राहील. स्कॉट बाइओ आणि विली एम्सचे फोटो, तसेच युवामासिकांतून कापलेले इतर आकर्षक फोटो आम्ही भिंतीवर चिकटवले होते. भिंतीवर काही लिहिताना मात्र फार सावध राहावं लागत असे. विशेषत: भावंडांशी भांडणं होत तेव्हा. कारण ते पुरवे लपवायला वाव नसे. (अर्थात तुमच्याजवळ तरुणांची दुसरी मासिकं असतील, तर गोष्ट वेगळी.)

तीन बहिणींबरोबर एकाच खोलीत राहताना वादावादीही अटळच असे. पुष्कळदा हा वाद रात्री झोपताना शेवटी दिवा बंद कोणी करायचा, यावरूनच होत असे. त्या घरात विजेचं नीट शिस्तबद्ध वायरिंग केलेलं नव्हतं. नुसताच मध्यभागी छतावरून लोंबकळणारा धातूच्या पट्ट्यांना जोडलेला एक बल्ब तिथं होता. त्यामुळे अर्थातच अंथरुणातून बाहेर येऊन तो बंद करण्याची कोणाचीच इच्छा नसे. त्या उजेडात खोलीत पडून राहून आम्ही नुसतं बडबडायचो, ''दिवा बंद करा! दिवा मालवा!'' मग आम्ही सगळ्याच त्यात सामील होऊन हसत सुटायचो. अगदी आमचे भाऊ किंवा आई-वडील रागावून 'दिवा मालवा आणि झोपा' असं आम्हाला सांगेपर्यंत! माझी धाकटी बहीण जेन आणि मी आमचे दोघींचे पलंग खाली असल्यामुळे आम्हालाच नेहमी दिवे बंद करायला उठावं लागे; कारण आम्ही लहान होतो ना! आमच्या मोठ्या बहिणी मेरी आणि ॲनी यांचे पलंग वर होते. पर्यायानं त्यांना खोलीत जरा जास्त अधिकाराचं स्थान होतं.

मी आणि जेननं आम्हालाच कायम दिवा बंद करावा लागतो याबद्दल बरीच कुरकुर केल्यावर, मग जो कोणी शेवटी झोपेल त्यानंच दिवा बंद करायचा, असा एकदा आमच्यात ठराव केला गेला. मग आम्ही चौघीही अगदी घाईगडबड करत एकदम जिन्यानं वर जायचो; बाथरूममध्ये दात घासण्यासाठी आपल्याला सिंकजवळ दुसऱ्यापेक्षा अगदी योग्य जागा मिळावी म्हणून (हे सगळं अगदी पाच सेकंदांत) आणि मग घाईतच आम्ही पलंगात घुसायचो. तरीही अपरिहार्यपणे मी आणि जेन आम्हीच सगळ्यांत शेवटी यायचो. मग आम्ही पुन्हा कुरकुर करत असू. ही आमची पोटदुखी अगदी पराकोटीला गेल्यावर त्यावर काहीतरी तोडगा काढणं जरुरीचं झालं.

मेरी आणि ॲनीनं त्यावर एक साधा उपाय शोधून काढला. बल्बच्या मेटल बॉल पट्टीला त्यांनी एक दोरीचा तुकडा बांधला आणि त्याचं टोक पलंगाच्या टोकाला बांधलं. मग एक हिसका दिल्यावर दिवा लगेच बंद होऊ लागला. आम्हाला त्या वेळी आमच्या फिजिक्सच्या प्राथमिक ज्ञानाचा कोण अभिमान वाटला होता म्हणून सांगू! दिवा जास्तीत जास्त वेळा कोणी बंद केलाय, त्यावर दुसऱ्या कुणाचीतरी पाळी अवलंबून असे; कारण एकानं सत्त्याऐंशी वेळा बंद करायचं अशी मर्यादा होती. त्यामुळे आमच्या ह्या अशा न संपणाऱ्या लढाया वाचल्या. अर्थात

'दिवा बंद करा, दिवा मालवा' असं ओरडायची प्रथा काही आम्ही सोडली नाही; कारण आता घरच्या घरी बनवलेल्या रिमोटमुळं दिवा बंद करताना आम्हाला अधिकच मजा वाटू लागली होती.

ते जुनं घर आता नाही. आणि नंतर धाकट्या जेनबरोबर अनेक खोल्यांतून मी राहिले. नवीन अत्याधुनिक दिव्यांची व्यवस्था अस्तित्वात आल्यानं ती आमची दोरीची युक्ती मग मागे पडली आणि माझ्या वयानं मोठं असण्याचा फायदा करून घेऊन मी जेनला दिवा बंद करायला सांगू लागले. कुणालाच आर्धी झोपायचं नसल्यानं आम्ही अंधारात बेडवर पडून आमच्यातलं कोणीएक ओरडलं, 'दिवा घालवा', की दुसरी त्याची री ओढायची आणि दोघीही खिदळू लागायचो.

आम्ही चौघीही आता विवाहित आहोत. त्या छोट्या पलंगातून आता बढती मिळून मोठे राजा-राणीचे पलंग आम्ही आमच्या नवऱ्यांबरोबर शेअर करतो. माझ्या घरात दिवे मालवण्याच्या समस्येवर आता रिमोट कंट्रोलचा पर्याय उपलब्ध झालाय.

पण मी कल्पनेनंच माझ्या बहिणींच्या घरांचं चित्र रंगवते, की त्या आपापल्या नवऱ्यांना ओरडून सांगताहेत, ''दिवा बंद करा! दिवा मालवा!'' आणि हसताहेत.

— बेकी अल्बन

प्रत्येक गुलाबाला त्याचे काटे असतात

भावंडं आपल्याला न्यायबुद्धी, सहकार्य, दयाळूपणा, काळजी कशी घ्यावी, याचे धडे देतात; पण बऱ्याचदा आडमार्गानं.

— पमेला डुगडेल

कॅथीमुळे– माझी धाकटी बहीण– माझं आयुष्य उजळून निघालं होतं. आईच्या सहा अपत्यांतलं सर्वांत धाकटं अपत्य. कदाचित त्यामुळेच मी वयाच्या तेराव्या वर्षी तिची बाळ म्हणून काळजी घेऊ लागले, तेव्हा आईनं त्याला कधी फारसा विरोध केला नाही. तिला भरवणं, डायपर बदलणं, तिच्याशी खेळणं, तिला गाणं म्हणून दाखवणं हे सगळं मला आवडत असे. रोज रात्री तिला झोपवताना दिवाणखाना, जेवणाची खोली आणि त्यामधला रस्ता अशा माझ्या घरभर गोलगोल चकरा होत.

वयाच्या तिसऱ्या-चौथ्या वर्षी कॅथीमध्ये एक दुष्ट प्रवृत्ती निर्माण झाली. आमच्या घरातल्या प्राण्यांना, विशेषत: मांजरांना छळण्यात तिला गंमत वाटू लागली. एक दिवस माझा भाऊ त्याच्या सशांना खायला घालायला गेला असताना त्याला आमच्या सोनी नावाच्या बोक्याला कोणीतरी सशांच्या पिंजऱ्यात डांबलं असल्याचं दिसलं. असंच एक दिवस मांजराचं अस्पष्ट ओरडणं कानावर आलं आणि पाठोपाठ एका स्टोव्हचा आवाज ऐकू आला. पुढच्या पोर्चमध्ये आई तो वापरत असे. तर त्या स्टोव्हच्या आत शेर– सोनीची जोडीदारीण– कोंडलेली होती. कॅथीनं तिचा गुन्हा कबूल केला. भूतदयेचं महत्त्व मी तिला समजावून सांगण्याचा प्रयत्न केला आणि झाल्या प्रकाराबद्दल क्षमा सुद्धा करून टाकली.

एक दिवस कॅथी धान्याच्या कोठाराजवळच्या काँक्रीटच्या पाण्याच्या टाकीत डोकावून बघतेय असं पाहिल्यावर मला थोडी शंका आली. मी जवळ जाऊन पाहिलं, तर कोंबडीची तीन छोटी पिल्लं पाण्यात पडली होती आणि जिवाच्या आकांतानं त्यावर तरंगायचा प्रयत्न करीत होती. त्यांना बाहेर काढल्यावर "तू असं का केलंस?" असा मी कॅथीला जाब विचारला, तर तिनं सरळ उत्तर दिलं, की "त्यांना पोहता येतं का, ते मला पहायचं होतं."

या तिच्या उपद्व्यापांमुळे माझी उद्विग्नता दिवसेंदिवस वाढत चालली होती हे

आणखी वेगळं सांगायला नको. प्राण्यांबद्दल मला वाटणारं प्रेम आता तिच्यापर्यंत कसं पोचवता येईल, याचा मला गांभीर्यानं विचार करायला हवा होता. प्राणीसुद्धा आपल्यासारखेच सजीव आहेत आणि आपल्याप्रमाणेच त्यांनाही इजा होते, दु:ख होतं, हे तिला समजावून सांगण्याची गरज होती.

परमेश्वराप्रमाणेच बहिणींचीही असे करण्याची त-हा अतर्क्य असते.

हा कोंबडीच्या पिल्लांचा प्रसंग घडल्यानंतर थोड्याच दिवसांत कॅथीनं एका मांजराला पोर्चच्या टोकाला असलेल्या गुलाबाच्या झुडपात फेकून दिलं. मी मागच्या दरवाजाशी काही करायला म्हणून गेले असताना माझ्या ते लगेचच लक्षात आलं. आणि त्या क्षणी मीही मागचापुढचा काही विचार न करता सरळ तिला उचललं आणि बरोबर त्या झुडपांवरच टाकलं. मग कळवळून तिला म्हणाले, "जे तुझ्या बाबतीत तुला केलेलं आवडणार नाही ना, ते तू पुन्हा इतर कोणत्याही प्राण्यांना कधीच करू नकोस."

अर्थातच 'मी हे काय करून बसले', हे माझ्याही लगेच लक्षात आलं. तिच्या चेह-यावरचं आश्चर्य आणि दुखावल्याची भावना मला कळली आणि मी तिला झटकन् उचलून घेतलं. मी तिची क्षमा मागितली आणि तिच्या हातात, पायात मागच्या बाजूस घुसलेले काटे उपटून काढले.

अनेक वर्षं अशी ही भयंकर शिक्षा माझ्या धाकट्या बहिणीला दिल्याबद्दल मला अपराधी वाटतं राहिलं. नंतर थोडं मोठं झाल्यावर एकदा तिच्या घराच्या पायऱ्यांवर आम्ही तिच्या कुत्र्याला गोंजारत बसलो होतो. तेव्हा आपले डोळे मिचकावत खट्याळपणे हसून आणि अंग घुसळत कॅथी मला म्हणाली, "तुला माहितेय माझ्या या प्राण्यांविषयीच्या प्रेमासाठी सर्वस्वी तू कारणीभूत आहेस! मला तुझेच आभार मानले पाहिजेत."

– लुआना के. वॉर्नर

हिरवी रोळी

सुख हे तुमच्या प्रवासाचं गन्तव्य स्थान नव्हे तर तुम्ही कसे प्रवास करता यातच ते असते.

– सेसिल मर्फी

मे महिन्यात रोज शाळा सुटल्यावर माझी बहीण आणि मी स्कूल बसमधून उतरून मोटारीच्या लांबवर पसरलेल्या रस्त्यानं मंद गतीनं चालत येत असू. घरी जाण्याची कोणालाच घाई नसे; कारण आपल्यासाठी पुढे काय ठेवलंय ते माहीत असे. ती हिरवी रोळी! आई आमची शाळेची दफ्तरं घेऊन बदल्यात काय ठेवायची हातावर, तर लेमनग्रीन रोळी. त्याचा अर्थ आम्ही रात्रीच्या जेवणासाठी रोळी भरून ॲस्पॅरॅगस गोळा करून आणायचा असा असे.

मी शाळा सुटल्यावर नेहमी दमलेली आणि चिडचिडी झालेली असायची. आणि काही काळतरी एकटं असावं, असं मला वाटे. हे असलं फालतू काम करावं लागणं म्हणजे हा माझ्या बहिणीचाच दोष आहे, असं माझ्या मनात उगाचच येई. ती एकटीच का नाही जाऊन गोळा करत? ॲस्पॅरॅगस खास करून चीज सॉसबरोबर खायला मला आवडे. पण अशा कच्च्या ॲस्पॅरॅगसमध्ये खूप घाण वासाचा रस असतो. ताजं खुडलेलं ॲस्पॅरॅगस त्या रोळीत ठेवलं, की कालांतरानं तो विचित्र वासाचा रस रोळीच्या भोकातून ठिबकायला लागतो. हाताचा वास जावा म्हणून हात खूप खसखसून घासावे लागतात.

माझी बहीण आणि मी ती रोळी कोणी न्यायची यावरून खूप भांडायचो; शेवटी मीच न्यायला हवी, यावर ते भांडण संपायचं. कारण मी मोठी होते ना! एकदा तो मुद्दा निकालात निघाला, की घराच्या परसदारातून बाहेर पडून घरामागच्या शेतात आम्ही जायचो. आमचं घर एका जुन्या शेतजमिनीवर उभं होतं. घरामागच्या शेतात काही एकरांत कोणा शेतकऱ्यानं पूर्वी ॲस्पॅरॅगसची लागवड केलेली होती आणि आताही वर्षानुवर्षं ते पीक येतच होतं. शेताच्या एका टोकाकडून मी सुरुवात करायची आणि दुसऱ्या टोकाकडून बहीण.

त्या शेतातून उंच वाढलेल्या गवतात लपलेले ॲस्पॅरॅगसचे कोवळे कोंब

शोधत मी दाणदाण पावलं टाकत चालत असे. एखादा सापडला की हातानं झटकन् तोडून त्याची रवानगी रोळीत करत असे. पण असं करताना एक डोळा हे उपटण्यावर आणि दुसरा डोळा बहिणीवर असे. न जाणो तिनं कामात कसूर केली तर? पुरेसं ॲस्पॅरॅगस तोडलं नाही, तर आई आम्हाला परत पाठवे आणि माझी तर ते काम करायची बिलकूल इच्छा नसे. कधीकधी मी खोटारडेपणा करून जून झालेले देठ गोळा करीत असे. मग त्यांवर उगवलेले छोटे कोंब काढून टाकल्यावर ते जून देठ अधिक चमकदार नव्या खोडासारखेच दिसू लागत. काही देठ इतके जाड आणि जून असत आणि जाडीला माझ्या मनगटाइतके, की ते मला दोन्ही हातांनी उपटावे लागत. माझी त्यांच्याशी अगदी रागारागानं झटापट चाले, ती केवळ माझी शक्ती त्यांना दाखवून द्यायला. कारण जेवणासाठी ते जमेस धरताच येत नसत. मधूनमधून शेताच्या मध्यावर बहिणीला मी गाठत असे आणि मग तिनं गोळा केलेली ती लूट रोळीत रिकामी करीत असे.

एक दिवस मी असंच रागारागानं एक जून झालेला देठ उपटला. त्याला जवळजवळ बिया धरायचीच वेळ झालेली होती. पण चांगल्या फूटभर लांबीचा खूप मोठा वाढलेला तो देठ नवं खोड म्हणून खपवता आलाच नसता. मग मी बहिणीकडे एक दृष्टिक्षेप टाकला. तिची माझ्याकडे पाठ होती आणि ती गवतात ॲस्पॅरॅगस शोधत होती. मी तो जाडजूड जून देठ हातात धरून उंच गवतावर जोरात हाणला. तो म्हातारा देठ जुन्या काठीसारखा दिसत होता. एकाएकी माझ्या डोक्यात भन्नाट कल्पना आली. पुढे काही विचार येण्यापूर्वीच तो जून देठ मी उचलला आणि सगळी शक्ती एकवटून फेकला. झोकांड्या खाणाऱ्या एखाद्या हिरव्या छडीसारखा तो हवेत गरगरत गेला. बहीण थोडक्यात बचावली, पण सू-सू आवाज करीत तो तिच्या शेजारी गवतावर पडला. ती दचकून एकदम थबकली आणि जिथून आवाज आला त्या ठिकाणी निरखून पाहू लागली. मी झटकन् खाली वाकले आणि कामात असल्याचं ढोंग केलं. हसताना माझे खांदे गदगदत होते.

तिला घाबरवायला मला एक नामी युक्ती सापडली होती. मी लगेच पुन्हा तो प्रयोग केला. एकदा माझा नेम चुकला पण आधीच्यापेक्षा त्यात थोडी प्रगती झाली होती. पुन्हा तिला फसवण्याच्या ईर्षेनं मी त्या थाळ्यासारख्या देठांचा शोध जारी ठेवला आणि एकीकडे नेम साधण्याच्याही तयारीत राहिले. अचानक एक असाच जुना, म्हातारा देठ सूंसूं आवाज करीत हवेतून आला आणि माझ्या डोक्याला चाटून गेला. तिला ते साधलं होतं. म्हणजे माझ्या बहिणीचाही तोच उद्योग चालू झाला होता, हे पाहून मला हसू आवरेना. पुढची काही मिनिटं प्रत्येकीचं तेच चालू होतं. मग काय विचारता, जुने म्हातारे देठ फटाफट खुडून एकमेकींच्या दिशेनं शेतातून फेकणं अशी आमच्यात चढाओढच लागली. ती रोळीबिळी सगळं आम्ही विसरूनच

गेलो. हाताशी असलेलं जवळपासचं सगळं ॲस्पॅरॅगस वापरून झालं आणि आम्ही दमून धापा टाकू लागलो. मग पुन्हा मुकाट्यानं भराभर ती रोळी भरण्याच्या कामाला लागलो.

मग दुसरीची पाठ असताना ह्या हवेतून जाणाऱ्या ॲस्पॅरॅगसनं तिला घाबरवायचं, असा आमचा रोजचाच खेळ सुरू झाला. कधीकधी एकमेकींना लागायचंही; पण समजा जरी नेम चुकला तरी काही क्षण ती दचकून थबकतीय हे पाहण्यातही खूप गंमत वाटायची; कारण गवतात सूंसूं आलेला आवाज हा ॲस्पॅरॅगसचा आहे की घाबरलेल्या सापाचा आहे की लपण्यासाठी पळणाऱ्या उंदराचा आहे, हे पटकन समजायचंच नाही. आता अनेक वर्ष लोटल्यावर त्या ॲस्पॅरॅगस गोळा करण्याच्या उद्योगात सहभागी होण्याइतकी धाकटीसुद्धा तरुण राहिलेली नाही. असं असूनही शाळेनंतर भराव्या लागणाऱ्या त्या हिरव्या रोळीच्या दर्शनाने अजूनही माझ्या कपाळाला आठी पडते. पण ते काहीही असलं, तरी 'तीच', आम्ही एकाच माळेतले मणी आहोत, हे आम्हाला जाणवून देण्यास निमित्त झाली!

– लीझान फ्लॉट

पाच मैल लांबीचा कागद फक्त दहा डॉलरला!

संपूर्ण कुटुंब म्हटलं, की त्यात फक्त मुलाबाळांचाच समावेश
असतो असं नाही; तर पुरुष, स्त्रिया, कधीमधी एखादा प्राणी आणि
अगदी सर्दी-पडसंसुद्धा आलंच त्यात!

– ऑगडेन नॅश

ख्रिसमसची सकाळ आहे, अशा चित्राची कल्पना करून बघा. चार छोटे मुलगे चवड्यावर उभं राहून, जिन्यावरून गुपचूप खाली डोकावून बघताहेत की सांतानं त्यांच्यासाठी काय भेटी आपल्या आहेत? आणि विस्फारलेल्या त्यांच्या डोळ्यांना काय दिसावं? तर चकाकणारा गडद केशरी रंग! सगळीकडे केशरी रंगाच्या पुडक्यांचे ढीगच्या ढीग. सुंदरसुंदर खोकी गुबगुबीत स्नोमॅनच्या कागदात गुंडाळलेली किंवा रंगवलेले मस्त रेनडियर्स यांचा कुठेही मागमूससुद्धा नाही. आहे तो फक्त नुसता चकचकीत केशरी रंग. ''सांताला फक्त केशरी रंगच आवडत असावा,'' त्यांच्यातल्या सगळ्यांत छोट्याची टिप्पणी! गोजिरवाणे देवदूत, खेळातले सैनिक किंवा गोळ्या-चॉकोलेट्सची नक्षी वेगवेगळ्या रंगांच्या पट्ट्यांनी काढून सजवलेली वेष्टनं, काही काहीसुद्धा नाही. फक्त केशरी रंग! हो, हे आहे अमेरिकेतलं एक घर आणि ही काही ह्या घरातली परंपरा किंवा वेगळी प्रथा आहे असंही नाही. हे आहे न्यू जर्सीतलं तुमचं स्वागत करणारं सूझीचं घर!

माझी भावजय सूझीचं व्यक्तिमत्त्वच असं आहे, की तिच्या नुसत्या अस्तित्वानंही एकदम चैतन्य निर्माण होतं. तीस वर्षांपूर्वी लग्न करून तिनं हॉवर्डच्या जीवनात प्रवेश केला आणि मला आणखी एका बहिणीचा लाभ झाला. आमच्या कुटुंबात आपल्या चैतन्यदायी व्यक्तिमत्त्वानं तिनं विविध अंगांनी माझं आयुष्य संपन्न केलं आहे.

सौदा कसा करायचा, याची सूझीकडे दृष्टी होती. एकदा एका रस्त्याच्या बाजूला असलेल्या छोट्या बाजाराला भेट द्यायला ती गेली आणि काय, तिला जणू एक लॉटरीच लागली! एक फेरीवाला तिथे चकचकीत केशरी रंगाच्या कागदाच्या मोठ्या गुंडाळ्या फक्त दहा डॉलरला विकत होता. तिनं त्या फेरीवाल्याला त्या

गुंडाळीतल्या कागदाची लांबी किती आहे असं विचारताच तो उत्तरला,

"बाईसाहेब, ह्या गुंडाळीतल्या कागदाची लांबी निदान पाच मैल तरी नक्कीच भरेल!"

'वा! वेष्टनासाठी वापरायला हा कागद अगदी मस्त आहे,' सूझी मनाशी म्हणाली. तिची स्वत:ची चार मुलं आणि अनेक भाचरं, पुतणे, पुतण्या या साऱ्यांसाठीच ही खरेदी अगदी किफायतशीर असल्याचं तिला जाणवलं.

मग वर्षानुवर्षं जन्मदिवस, लग्नाच्या वाढदिवसांच्या भेटी याच सुपरिचित गाजराच्य रंगाच्या कागदातून येऊ लागल्या. ख्रिसमसच्या भेटींची देवाणघेवाण करायला आमची कुटुंबं एकत्र जमली, की सूझीला तिच्या भेटींवर नावाचं लेबल अडकवायची गरजही भासत नसे. 'हे कुणी दिलं असेल मला, ते सांगायलाच नको!" ते नजरेत भरणारं पुडकं उघडून पाहणाऱ्याच्या तोंडून असे शब्द अभावितपणे बाहेर पडत. गेली कित्येक वर्षं त्या भडक रंगाच्या भेटींनी आमचे सुट्टीचे दिवस उजळून टाकलेत. "सूझीप्रमाणेच सांतासुद्धा अगदी तसाच कागद वापरतो भेटी गुंडाळायला," असा सूझीच्या मुलांनी काढलेला निष्कर्ष पाहून आमची अगदी करमणूक झाली.

"एखादी गोष्ट आपल्या नजरेआड झाली, की मगच आपल्याला तिची किंमत वळते," ह्या प्रसिद्ध वचनाची प्रचिती आमच्या कुटुंबाला काही वर्षांपूर्वी आली. "आणखी किती उरलाय हा कागद तुझ्याजवळ?" सूझीला कायम विचारल्या जाणाऱ्या ह्या उपहासात्मक प्रश्नानं अनेक वर्षांनी अखेर तिचा पिच्छा सोडला. आणि त्या भडक केशरी गिफ्ट्सना खीळ बसली. वाढत्या वयाच्या मुलांना पुरेशी जागा मिळावी म्हणून सूझी आणि तिचं कुटुंब नव्या मोठ्या घरात राहावयास गेलं. सामानाची आवराआवर, बांधाबांध आणि हलवाहलव या भानगडीत तो कागद कुठेतरी गायब झाला. न जाणो एखाद्या भाग्यवानाला त्याच्या नाशिबानं कुठेतरी केरकचऱ्यात तो कागद गवसेल आणि मग तो तिच्या कुटुंबाला परत मिळवून द्यायची बुद्धीही व्हायची, असं आम्हाला वाटायचं. आयुष्य पुढे पुढे जात राहिलं. मुलं मोठी झाली, सुट्ट्या आल्या नि गेल्या. मुलांना नवीन गोष्टींत रस निर्माण झाल्यामुळे म्हणा किंवा त्या भडक चकचकीत कागदाच्या उणिवेमुळे म्हणा, आमची कौटुंबिक सम्मेलनं दिवसेंदिवस नीरस होत गेली. काहीतरी गमावल्याची खंत वाटू लागली.

नुकत्याच गेल्या ख्रिसमसला सूझी आणि तिचं कुटुंब आमच्याकडे आलं होतं. नेहमीसारखं भरगच्च भेटी घेऊन! भेटी असलेल्या बॅग्ज त्यांनी उघडल्या आणि आम्हाला अगदी अनपेक्षित मेजवानी मिळाली. सर्वत्र तोच चमकदार केशरी रंग दिसला. वेगवेगळ्या आकारांची आणि प्रकारची खोकी एकदम बाहेर आली. "कुठे

सापडला गं कागद?'' मी अत्यानंदानं ओरडले.

''विश्वास ठेव किंवा ठेवू नकोस,'' सूझी म्हणाली. ''स्टीव्हच्या पलंगाखाली!'' स्टीव्हन सूझीचा मोठा मुलगा. घरातल्या गोष्टींबाबत तो व्यवस्थित असल्याचं कधी ऐकिवात नव्हतं. पण त्यानं शपथेवर आपल्या आईला सांगितलं, ''माझ्या पलंगाखाली तो असल्याची मला सुतराम्‌सुद्धा कल्पना नव्हती. ममा, मी खरंच प्रामाणिकपणे सांगतोय.''

तो चमकदार कागद स्वत:च भेट बनून आला होता. कुटुंबाबरोबर घालवलेला सुखद काळ आणि जे आता आमच्यात नव्हते त्यांच्या सुखद आठवणी त्यानं जागवल्या होत्या. उत्तेजित होऊन मी सूझीकडे आपल्या अख्ख्या कुटुंबासाठी आणखी किती कागद उरलाय, अशी विचारणा केली.

तिनं झटकन्‌ उत्तर दिलं. ''अगं, काही काळजी करू नकोस, चांगला दोन मैलतरी उरला असेल अजून!''

— सुसान सिएएस्मर्ा

३

अंतरंग समजण्यासाठी कुवत आणि बोध

दोन बहिणींपैकी नेहमीच एक पाहणारी असते आणि दुसरी नाचणारी असते.

– लुईस ग्लुक

परंपरा पुढे चालव

खरा मित्र उदारपणे देतो, न्याय्य सल्ला देतो, तत्परतेनं मदतीला
धावतो, धाडसीपणानं संकटांचा मुकाबला करतो, सर्व गोष्टींत
सोशीकपणा दाखवतो, धैर्यानं रक्षण करतो आणि कायम अपरिवर्तनीय
मित्र राहतो.

– विल्यम पेन

परमेश्वरानंतर उदारपणात दुसरा नंबर कोणाचा लागत असेल, तर बहुधा तो माझ्या बहिणीचाच– नॅन्सीचा! ती जगते, श्वास घेते तो केवळ जणू दुसऱ्यासाठीच! तिच्या औदार्यामुळे तिच्या सहवासात येणारी प्रत्येक व्यक्ती कधीही विन्मुख परत जात नाही. काही ना काही तिच्या पदरात पडल्याशिवाय राहत नाही. बऱ्याचदा तिच्या संग्रहातली निवडक गोष्ट (उदा., डायनिंग रूममधील न वापरलेल्या भेटवस्तू ती झटकन गुंडाळून देते) किंवा घरी बनवलेल्या जॅमचा नमुना, तिच्या कोठीच्या खोलीतल्या पॅकबंद डब्यातला साल्सा इ. इ.

कधीकधी तुमच्या नशिबात असलेली अर्धा डझन घरी बनवलेली बिस्किटं घेऊनच तुम्ही तिच्या घरून परतता. कधीकधी मोटारीच्या वाटेवर तुम्ही रमतगमत वेळ घालवत असता आणि ती पटकन घरात पिकवलेल्या भाज्यांची पिशवी गाडीच्या खिडकीतून हळूच पुढे सरकवते; केवळ तुम्हाला घरी नेऊन त्यांची मजा चाखता यावी म्हणून!

आयुष्यभरात माझ्या बहिणीनं मला दिलेल्या या भेटींची मोजदाद करणं केवळ अशक्य आहे, मी तिच्या घरून परत जात असताना ती हळूच माझ्या सूटकेसमध्ये काहीबाही लपवून ठेवते त्या सगळ्यासकट! साठच्या दशकात मी कुणीच नव्हते. होते फक्त एक स्वार्थी, बिघडलेली, आळशी धाकटी बहीण! त्या वेळी तिनं मला दिलेली एक गोष्ट आजही मला लख्ख आठवत्येय.

माझं तेव्हा नुकतंच लग्न झालेलं होतं. मला त्या वेळी कपडे धुण्याचा मनस्वी कंटाळा होता. कपडे धुण्याच्या खोलीत बसणं मला मुळीच आवडत नसे... त्यावर पैसे खर्च करणंही मला आवडत नसे... कपडे धुण्याची पावडर गाडीत सांडलेली

मला मुळीच खपत नसे आणि कपड्यांच्या घड्या घालणं तर मला त्याहूनही आवडत नसे. पण मला माझ्या बहिणीच्या घरी जायला फार आवडत असे. अर्थातच तिथे एकमेकींच्या बरोबर वेळ घालवण्यात आणि जिवलग बहिणी जी मजा करतात तशी मजा करायला आम्हाला फार आवडत असे.

कपडे धुण्याबद्दची जी चीड माझ्या मनात होती, त्यावर आम्ही एक विशेष साधासोपा तोडगा शोधून काढला होता. तिनं उपाय सुचवला आणि जराही आढेवेढे न घेता मी त्याला मान्यता देऊन टाकली. मी माझे सगळे धुण्याचे कपडे तिच्या घरी घेऊन जायचे. मळके टी शर्ट्स आणि इतर कपडे तिच्या मशीनमध्ये सूंसूं आवाज करून धुतले जात असताना आइस्ड टीचे घुटके घेत, नाहीतर दुपारचं जेवण घेत घेत आपला वेळ घालवायचा, ही कल्पना इतकी उत्तम होती, की मी ती लगेच अमलात आणली.

दर आठवड्याला मळक्या कपड्यांनी खच्चून भरलेल्या अनेक बास्केट्स घेऊन मी नॉन्सीच्या घरात शिरत असे. पुढच्या दारातून नॉन्सीच्या स्वयंपाकघरातून थेट शेजारच्या धुण्याच्या आणि वाळवण्याच्या यंत्रापाशी. त्या उद्योगात मग नॉन्सी स्वतःला बुडवून टाकायची अगदी आनंदानं. अंधाराला उजेडापासून वेगळं काढणाऱ्या एखाद्या चंडोलाप्रमाणे! मशीनमध्ये कपडे घालून तिनं ते सुरू करण्याचं बटण दाबलं, की मग आमच्या त्या भेटीचा एक क्षणही आम्ही फुकट दवडायचो नाही.

जसजसा दिवस वर येई, तसतसं तिचं पुढेमागे चालू असे... ओले कपडे वाळवण्याच्या मशीनमध्ये टाकणं. आणखी कपडे धुवायला टाकणं, टॉवेलच्या घड्या घालणं, बास्केटमध्ये ते नीट रचून ठेवणं इ. आणि स्वयंपाकघराच्या दुसऱ्या टोकाला हातात टपरवेअरचा ग्लास घेऊन मी शांतपणे बसून असे. तिचं काम चालू असताना एका मिनिटाला एक मैल अशा पद्धतीनं गप्पा मारत! आपणही पटकन उठून तिला मदत करावी, असं माझ्या मनात चुकूनही येत नसे. मला मदत करताना तिच्या चेहऱ्यावरचा आनंद ओसंडून वाहत असे. तिची उपकरणं वापरून झालेली झीज आणि हानी यासाठीही मी तिला कधी काही मोबदला देऊ केला नाही. आठवडेच्या आठवडे मी फक्त बसून असे आणि ती मात्र प्रत्येक वेळी 'बझर' वाजल्यावर धावपळ करत असे. दुपार झाली की (तिच्याकडच्या भरपेट जेवणानंतर झोपण्याच्या तयारीनं) धुतलेले कपडे गाडीत भरून मी घराच्या दिशेनं जाण्यास निघत असे.

म्हणतात ना, की चांगल्या गोष्टींनासुद्धा शेवट असतोच कधीतरी. तद्वतच पुढच्याच वर्षीच्या हिवाळ्यात माझ्या नवऱ्यानं नोकरी बदलली आणि आम्ही इंडियानात गेलो. माझ्या कुटुंबाचा निरोप घेणं फार जड होतं. त्याहूनही कठीण होतं,

बहिणीच्या घरच्या 'लाँड्रीच्या' दिवसांना टाटा करणं! शेवटच्या दिवशी तर मला फार अपराधी वाटू लागलं आणि मग एकाएकी लक्षात आलं, की तिनं कधीच तक्रार केली नाही, केलेल्या खर्चाची भरपाईही मागितली नाही, मी तिला मदत करावी म्हणून कधी सुचवलं नाही. काही काही केलं नाही. उलट, ती नेहमीच माझी प्रेमळ मोठी ताई राहिली!

स्वच्छ धुतलेल्या कपड्यांची शेवटची बास्केट घेऊन आम्ही गाडीच्या वाटेवर उभ्या राहिलो. आलिंगन देण्याच्या हेतूनं आम्ही एकमेकींच्या गळ्यांत हात टाकले. तिनं माझ्यासाठी जे काही केलं होतं, त्याबद्दल मी चाचरतच तिचे आभार मानले. दिलेल्या त्रासासाठी क्षमा मागितली. वर्षभरात वापरलेला साबण, तिचा वेळ आणि गरम पाणी यांसाठी पैसे देण्याची इच्छा मी व्यक्त केली.

असं मी म्हणताच माझ्या बहिणीनं त्याला प्रतिसाद देताना एकच गोष्ट केली, तसं करताना मी तिला हजारो वेळा पाहिलं होतं. ती म्हणजे तिनं अत्यंत प्रेमानं हाताच्या ओंजळीत माझे गाल धरले. माझं लक्ष आपल्याकडे पूर्णपणे वेधून घेत थेट माझ्या डोळ्यांत पाहिलं. तिनं तिच्या अत्यंत गोड आवाजात आजपर्यंत मला कधीही न मिळालेली एक अनमोल भेट दिली.

''मला शब्द दे, की ही परंपरा तू पुढे चालू ठेवशील,'' ती कुजबुजली. ''इतरही असे कोणी असतील, की ज्यांना लाँड्री करून देणारं ठिकाण हवं असेल, तेव्हा तू ही परंपरा चालू ठेवशील, असं मला वचन दे.''

आणि तिच्या स्वार्थी, बिघडलेल्या आळशी धाकट्या बहिणीनं उत्तरादाखल म्हटलं, ''मी वचन देते!''

– शार्लोट ए. लॅनहॅम

हृदयानं (पेंडंटनं) दिलेले धडे

सज्जन माणसाच्या आयुष्यातला सुखाचा काळ कोणता, तर गणितीत नसलेली, विसरून गेलेली अशी त्याची छोटी दयाळूपणाची प्रेमाची कृत्ये!

– विल्यम वर्डस्वर्थ

'चोरीला गेलं,' या नुसत्या विचारानंच माझ्या जिवाचा थरकाप झाला.

माझ्या गळ्यातल्या नेकलेसच्या साखळीचा फासा दुरुस्त करायला हवा होता. म्हणून माझ्या मनात आलं, की जर हे मी तसंच घातलं तर ते हरवेल. मी नेकलेस काढून ठेवला. उगीच विषाची परीक्षा कशाला पहा, म्हणून मी ते काळजीपूर्वक काढून माझ्या ड्रेसिंग टेबलच्या ड्रॉवरमध्ये ठेवलं. नेमक्या त्याच दिवशी आमच्या शेजाऱ्यानं घरफोडी करून माझं ते पेंडंट आणि इतर दागिने आणि पैसे चोरले. ते माझं लाडकं पेंडंट हरवणंच बहुधा माझ्या नशिबात लिहिलेलं असणार.

ते काही साधंसुधं पेंडंट नव्हतं, तर मदर्स डेला माझ्या मुलानं आपल्या पहिल्या पगारातून खरेदी करून मला भेट दिलेलं पेंडंट होतं ते! ती माझ्यासाठी अतिशय मौल्यवान अशी गोष्ट होती आणि तीच नेमकी हरवली होती.

"हाय्! खरेदीला येतेस का?'' मी फोन उचलला. पलीकडून बहिणीचा नेहमीचा उत्साही स्वर कानावर आला. मी काही त्या दिवशी खरेदीचा बेत केला नव्हता. माझी मन:स्थिती फारच वाईट होती आणि खरं बोलायचं तर मला त्यातून बाहेर पडायचं नव्हतं. वस्तुस्थिती अशी होती, की आपल्या चिडखोरपणाला, विचित्र वागण्याला नेमकं काय म्हणावं, असं मला झालं होतं. म्हणजे शीघ्रकोपी, तिरसट की हेकट, की माझी भीतीनं घाबरगुंडी उडाली होती, की मी भयंकर दु:खात होते? हो, बरोबर! दु:खातच होते आणि मी दु:खाचा प्रत्येक क्षण जणूकाही उपभोगत होते.

सर्वसाधारणपणे खरेदी म्हटल्यावर मी आनंदानं उड्याच मारल्या असत्या, विशेषत: मेरी लू सोबत जायच्या कल्पनेनं. तिचा नुसता आवाज जरी ऐकला, तरी माझ्यात उत्साह संचारतो. पण आत्ता माझ्या हृदयाला घरं पडली होती आणि दु:ख करायची माझी शक्ती माझ्यापासून मी कोणाला हिरावून घेऊ देणार नव्हते.

माझी मन:स्थिती विशेष बरी नसतानाही केवळ तिनं फार आग्रह केल्यां शेवटी मी अगदी नाराजीनंच जायला तयार झाले. ख्रिसमस जवळ आला होता आणि बऱ्याच गोष्टी करायच्या यादीत खरेदी ही होतीच.

दुसरं असं होतं, की मेरी लू शी बोललं की बरं वाटतं. ती नेहमीच सगळ्या गोष्टींचा यथार्थनेनं विचार करते. आमचा शेजारी माझ्याच मुलाच्या वयाचा असल्यां लहानपणी माझ्या घराची दारं त्याच्यासाठी सदैव खुलीच असायची. अशा त्या मुलाबद्दल चीड आणि संताप– माझ्या भावना आवरणं मला जमतच नव्हतं.

मी आणि माझी बहीण यावर अनेकदा बोललो होतो. हा आता नवा अध्याय होता.

तरीही मी माझ्या विचाराला वाट करून देत असताना मेरी लू सहानुभूतीनं ऐकत होती. रागापासून मुक्त होण्याचा एकच मार्ग होता. तो म्हणजे त्या माझ्या 'हार्ट पेंडंट' सारखंच दुसरं पेंडंट घेणं. मेरी लूनं आपली नेहमीची किमया केली. माझ्याशी बोलून तिनं हळूहळू माझ्या मनावरचं मळभ दूर केलं. दागिन्यांच्या दुकानात जाऊन तसं पेंडंट मिळतंय का, ते बघण्याचं वचन देऊन तिनं ख्रिसमसकडे विषय वळवला. सगळ्या कुटुंबीयांसाठी घ्यायच्या भेटवस्तू, इतकंच नव्हे तर ख्रिसमसला रात्रीच्या मेजवानीला काय पदार्थ करायचे, यावर आम्ही आमच्या गप्पा केंद्रित केल्या.

मॉलमध्ये आम्ही सरळ दागिन्यांच्या दुकानात शिरलो. तिथल्या विक्रेतीनं शांतपणे सगळं ऐकून घेतलं. पण बारीकसारीक गोष्टी ऐकून घेण्याइतकी ती मोकळी नव्हती. पेंडंटचं वर्णन मी तिला ऐकवलं– सोन्याच्या तारेचं नक्षीकाम केलेला बदाम आणि त्यावर जडवलेले खडे. ती म्हणाली, की हे सगळे आयटेम्स सतत बदलत असतात, त्यामुळे तुम्हाला अगदी बरोबर तसंच दुसरं पेंडंट मिळणं अवघडच आहे. पुन्हा एकदा निराशा! पण मी प्रयत्न चालूच ठेवणार होते. ख्रिसमस जवळ आला होता आणि मला आप्तेष्टांसाठी, मित्रमंडळींसाठी खूपच खरेदी करायची होती.

मेरी लू नेहमीच आधार देते. तिनं माझा हात थोपटला, ''काळजी करू नकोस.'' आम्ही दुकानातून बाहेर पडत असताना ती मला म्हणाली, ''अजून आपले प्रयत्न संपलेले नाहीत.''

हे फक्त तीच करू शकते. कधीही प्रयत्न सोडायचे नाहीत. माझ्या खचणाऱ्या मनाला उभारी देण्याची तिची काही ही पहिलीच वेळ नव्हती. पंधरा वर्षांपूर्वी माझ्या पाठीच्या कण्याच्या दोन शस्त्रक्रिया झाल्या होत्या. त्या वेळी माझं खांद्यापासून खालचं शरीर बधिर झालं होतं. त्या माझ्या यातनांच्या काळात माझी फिजिओथेरपी चालू असताना मेरी लूच सतत माझ्याबरोबर होती. रिहॅबिलिटेशन सेंटरमध्ये मी असताना दर आठवड्याच्या शेवटी आणि मला

हॉस्पिटलमधून घरी पाठवण्यात आलं, त्या वेळीही ती माझ्याबरोबर होती. तिच्या तीन वर्षांच्या मुलाला– केनीला– माझ्या चार वर्षांच्या मुलाबरोबर– जेफ्रीबरोबर– खेळण्यासाठी ती घेऊन येत असे.

त्याच वेळी तिनं स्वत: अभ्यास करून मला कार्यप्रवण करू शकतील अशा टेप्स शोधून काढल्या आणि मी त्या बघाव्यात म्हणून ती त्या घेऊन आली होती. ती वेळ खरोखरच काहीतरी कार्य करण्याचीद्ध काहीतरी साध्य करण्याची होती; नुसतंच मागे मागे राहून स्वत:ची कीव करत बसण्याची नव्हती. मला तिनं दिलेली ती एक अपूर्व भेट होती.

आम्ही आमची खरेदी आटोपली. वाटेत जे लागेल ते दागिन्यांचं दुकान आम्ही धुंडाळत होतो. बदामाच्या आकाराचं तसंच दुसरं पेंडंट मिळणार नव्हतं, हाच निष्कर्ष मला आता गळी उतरवायला हवा होता.

त्यानंतर काही दिवसांनी ख्रिसमसला सकाळी आम्ही कुटुंबीयांनी आमच्या प्रथेप्रमाणे सगळ्या गोष्टी केल्या. आपापल्या भेटी उघडून पाहिल्या. एकत्र जमून वेळ मस्त मजेत घालवला. मग आमच्या घरापासून एक तासाच्या अंतरावर असणाऱ्या माझ्या बहिणीच्या घरी जाण्यास निघालो.

मेरी लूच्या घरी दिवसभर पारंपरिक गोष्टी करण्यात आम्ही अगदी बुडून गेलो होतो. सकाळच्या नाश्त्यानंतर परस्परांना आम्ही भेटी दिल्या. मेरी लूनं खूप सुंदर सजवलेली एक छोटीशी डबी माझ्या हातात ठेवली. मी डबीवर एक नजर टाकली आणि मग मेरी लूकडे नजर टाकली. त्यात होतं एक सोन्याचं बदामाचं पेंडंट. माणकांनी मढवलेलं! माझं जे गहाळ झालं होतं, तसं ते हुबेहूब नव्हतं; आणि त्याच्यासारखंच दुसरं असणंही शक्य नव्हतंच, ते मला समजून चुकलं होतं. माझी भळभळ वाहणारी जखम बरी करण्यासाठीचा हे पेंडंट म्हणजे एक उपाय होता. अशी जखम जी आधी भरून यायलाच तयार नव्हती.

मला मिठी मारून मेरी लू म्हणाली, "बघ, मी तुला म्हटलं नव्हतं का, की आपण अजून हरलेलो नाही म्हणून!"

माझ्या डोळ्यांतून अश्रूंच्या धारा वाहू लागल्या. तिनं पुन्हा जवळ घेतलं. मग मी हसले. पण मला यातून बोध मिळाला होता. आयुष्यात महत्त्व कशाला द्यायचं, हेसुद्धा कधी कधी आपण दु:खद प्रसंगातूनच शिकतो. आपण जे गमावलेलं असतं, त्याची उणीव दुसऱ्या कशानंही भरून निघणार नसते. मग ते अगदी आपले कुटुंबीय असोत, मित्र असोत किंवा पाळलेले प्राणी असोत, नाही तर बदामाचं पेंडंट असो. जे आपलं असतं ते आपल्या हातात असताना त्याचा उपभोग घ्यावा, हेच जास्त महत्त्वाचं. त्या क्षणाचा पुरेपूर आनंद उपभोगण्यापासून रात्र आपल्याला वंचित ठेवते.

माझ्या बहिणीनं– मेरी लूनं– मला तो धडा शिकवला. आणि जेव्हा जेव्हा मला

त्याचा विसर पडतो, तेव्हा माझं प्रबोधन करायला ती असतेच!

त्याही पलीकडे जाऊन मला समजलं, की मेरी लूचं हृदय कसं अस्सल सोन्याचं आहे!

– डोना लोविच

कलाटणी देणारा क्षण

माणसाच्या आयुष्यात पहिल्यांदाच घडणाऱ्या गोष्टी अनेकदा वळण देणाऱ्या ठरतात. अगदी बालपणापासून पाहिलं तर पहिला वाढदिवस, पहिला दात, पहिलं पाऊल, पहिला शब्द; मग ते कोणत्याही क्रमानं येओत. थोडं पुढं जाऊन पाहिलं, तर आपण मोठे होत असताना पहिली इयत्ता, पहिलं धडपडणं, पहिली भेट, पहिलं चुंबन किंवा पहिला मित्र / मैत्रीण हेतर कुणी विसरणंच शक्य नाही. पण माझ्या बाबतीत ते पहिल्यांदाच नाही घडलं. खरं म्हणाल तर ते पाचव्यांदा घडलं होतं. मी पाचव्यांदा ताई झाले होते.

माझ्या सर्वांत धाकट्या बहिणीचा– बिली रॅवेन पॅटी मॅटॅनचा– जन्म झाला, तेव्हा मी दहा वर्षांची होते. ती अकरा भावंडांतली सर्वांत धाकटी आणि ''अय्या, बाळ!'' अशी. खरंतर तेव्हा गर्भधारणेपूर्वी आईनं ऑपरेशन करून घेतलं होतं. आणि तरीही डॉक्टरवर कोणी खटला भरला नाही, हे त्याचं सुदैव आणि मला एक छान मैत्रीण मिळाली हे माझं भाग्य!

आई हॉस्पिटलमध्ये दाखल झाली आणि लगेचच रॅवेनचा जन्म झाला. रॅवेन खूप मोठी आणि गुटगुटीत होती. (आम्ही सगळेच होतो म्हणा!) जवळजवळ नऊ पौंडांची. आई-बाबा तिला घेऊन घरी आले, तेव्हा ती अव्याहत रडून गोंधळ घालत होती. बाबा म्हणाले, की तिला इंजेक्शन दिलं होतं म्हणून ती रडत होती.

माझ्यासकट तिच्या सगळ्या मोठ्या भावंडांना तिच्या चारचार नावांचं मोठं कुतूहल वाटत होतं; कारण आमच्यापैकी काहींची फक्त दोनदोनच नावं होती. लहान मुलांना नव्या बाळाचं जे कुतूहल वाटतं ते, ती आमच्यात सर्वांत धाकटी होती, या गोष्टीनं अधिकच वाढलं.

तरीही माझ्यावर जेव्हा तिला सांभाळण्याची वेळ आली, तेव्हा मात्र मला ते तितकंसं आवडलं नाही. हे काम मला यापूर्वी करावं लागलं नव्हतं; कारण मीही तशी लहानच होते ना! पण आता मात्र आईला जेव्हा कामानिमित्त बाहेर जावं लागे, तेव्हा या कामासाठी माझी नियुक्ती केली जाई. रॅवेन झोपावी म्हणून मी नाचत असे. तिच्याबरोबर खेळत असे. ती रडली की तिला शांतवण्याचा प्रयत्न करत असे; पण सगळं नाखुषीनंच आणि हे सगळं करताकरताच, त्या चुळबुळ्या बाळावर मी

नकळत प्रेम करू लागले.

अर्थात मला आणखी चार बहिणी होत्या, पण रॅवेनचं आणि माझं नातं काही वेगळंच होतं. कदाचित ती जन्माला आली तेव्हा मीही लहानच होते म्हणूनही असेल, पण दिवसाकाठी अनेक तास ती माझी सवंगडी असे. आम्ही बरोबरच वाढत होतो. माझ्या हातून ती पलंगावरून बऱ्याचदा पडलीय हे लक्षात आल्यावर बाबांनी मला सांगितलं, की तू इथून पुढे सांभाळत जाऊ नकोस तिला. तेव्हा माझं सगळं जगच उद्ध्वस्त झालं होतं.

मोठी बहीण होण्यातला खरा अर्थ मला जेव्हा कळला, तो माझ्या आयुष्यातला महत्त्वाचा क्षण होता. दोघींचं रक्त एकच असणं किंवा वयानं ज्येष्ठ असणं एवढाच त्याचा अर्थ नाही. मित्र होणं आणि मार्गदर्शक होणं, कसल्याही पोरकट खेळात सामील होणं आणि त्याच वेळी आपली मर्यादा सांभाळण्याचा प्रयत्न करणं, मोठं होणं म्हणजे काय ते छोट्या भावंडांना समजावून सांगणं. म्हणजे मग मोठं होण्याची तुम्हाला जितकी भीती वाटली होती, तितकी ती त्यांना वाटत नाही.

हे सगळं सोपं नाही. पण लहान मुलाच्या आयुष्यात महत्त्वाचं स्थान असणं ह्याइतकं मोठं बक्षीस आजपर्यंत तुम्हाला कधी मिळालेलं असूच शकत नाही, या वचनाचा मथितार्थ असाच असणार. माझ्यासाठी तरी तोच होता.

मला स्वतःला मूल होण्यापूर्वी एका परीनं मला मातृत्वाचा आनंद घेता आला म्हटलं तरी चालेल. मी अद्यापही रॅवेनला ओढून माझ्या कमरेभोवती विळखा घालायला लावते. तुमच्या हनुवटीखाली बिलगलेल्या छोट्या मस्तकामुळे येणारी तृप्तीची भावना मी त्या कृतीतून अनुभवते. ह्या नोव्हेंबरमध्ये ती आता सातची होईल, पण अजूनही ती कधीमधी उचलून घ्यायचा हट्ट करते. तिचं डोकं माझ्या मानेत खुपसून तिची हौस फिटेपर्यंत ती कडेवर बसून राहते. ती जेव्हा तिचा हात माझ्या हातात देते, तेव्हा माझा सगळा ताठा गळून पडतो. मला अगदी कृतकृत्य झाल्यासारखं वाटतं. मी दोषानं परिपूर्ण माणूस असूनसुद्धा ती माझ्यावर माया करते. माझा आदर करते.

तिच्यामुळे मला खूपच शिकायला मिळालंय आणि मी स्वतः जेव्हा आई होईन, तेव्हा ती शिकवण मी नक्कीच आचरणात आणीन. त्यांतलीच एक महत्त्वाची गोष्ट म्हणजे लहान मुलांच्या दृष्टिकोनातून विचार करायला शिका; कारण प्रौढांपेक्षा तो अगदीच वेगळा, निरागस आणि शुद्ध असतो. आपल्याला त्यापासून बरंच काही शिकता येण्यासारखं असतं. ओरडण्यानं सगळ्या गोष्टी अधिकाधिक बिनसत जातात; पण तरीही काही वेळा तुम्हाला ओरडावं लागतं, निव्वळ लहान मुलांवर नाही. पण सगळ्यात महत्त्वाचं मी शिकले ते म्हणजे माझ्या प्रत्येक धाकट्या बहिणीबरोबर वेळ सत्कारणी कसा लावायचा ते. त्यांच्याबरोबर वेड्यासारखं वागणं, दिवसात अनेक वेळा येताजाता माझं त्यांच्यावरचं प्रेम व्यक्त करणं, अगदी त्या

झोपण्यापूर्वीसुद्धा स्वत:ला मोकाट सोडून त्यांच्या त्यांच्या पद्धतीनं मजा करणं, हे सगळं मी करते. सगळ्यात मोठी गोष्ट म्हणजे तारुण्यात सर्वच मुलामुलींत जी एक बेफिकिरी असते आणि इतर करतात म्हणून किंवा आपणही तेच करू इच्छितो म्हणून कुटुंबीयांपासून फटकून राहणं किंवा स्वत:ला एका कोषात बंदिस्त करून टाकणं ह्या सगळ्यापासून त्यांनी मला सर्वार्थांनी वाचवलं, याबद्दल मी त्यांची मनापासून आभारी आहे. इतकं प्रेम एखाद्यावर करायलाही त्यांनीच मला शिकवलं.

तुमच्या छोट्या जिवलग मैत्रिणींना छातीशी कवटाळणं याइतकी चांगली गोष्ट जगात दुसरी कोणतीही असू शकत नाही, हे रॅवेननंच मला शिकवलं. एखाद्याशी तुमचं इतकं दृढ नातं निर्माण झालं, की त्याचा स्पर्श, आवाज आणि अगदी त्याच्या शरीराचा गंध या सार्‍याला तुम्ही अगदी अंत:करणापासून प्रतिसाद देता.

आयुष्यातली महत्त्वाची वळणं अपरिवर्तनीय बदल घडवून आणतात आणि जगातलं आपलं स्थान काय आहे, हे समजायला मदत करतात. माझ्या बाबतीत दोन्ही खरं ठरलं. मुलं तुमच्या आयुष्यात नसतील, तर तुम्ही आत्मकेंद्री होता आणि इतरांपेक्षा स्वत:चाच जास्त विचार करता. तुम्ही मातृत्व जेव्हा अनुभवता किंवा आईपणाचं प्रशिक्षण घेत असता माझ्यासारखं, तेव्हाच तुम्ही तुमच्यावर अवलंबून असलेल्या छोट्या जिवाचा विचार करता आणि त्यासाठी योग्य व्यक्ती बनण्याचा प्रयत्न करता. मी छोट्या मुलांबरोबर जितका वेळ घालवते तितका वेळ जर तुम्ही घालवत असाल, तर आयुष्याकडे बघण्याचा तुमचा दृष्टिकोन लहान मुलांसारखा होऊ शकतो. त्यामुळे तुम्हाला गोष्टी जशा जाणवतात, तशा इतर व्यक्तींना जाणवत नाहीत आणि इतर माणसांबद्दल तुम्हाला जे जाणवतं, ते इतरांना जाणवत नाही. त्यामुळे छोट्या छोट्या गोष्टींविषयी आणि इतर माणसांच्या भावनांविषयी तुमची संवेदनशीलता वाढते.

आणि अर्थातच इतर माणसांवर तुमच्या कृतीचा काय परिणाम होतो, याविषयी तुमची जागरूकता वाढते. इतरांपुढे तुम्ही एक आदर्श होता. ही गोष्ट विलक्षण दडपण आणणारी असू शकते, पण तरीही ती गोष्ट कुठेतरी अभिमानाची आणि समाधान देणारीही असते.

मी काय करते किंवा मला काय व्हावंसं वाटतं, या गोष्टी आता माझ्या दृष्टीनं गौणच आहेत. आयुष्यातली पहिलीवहिली आणि खूप महत्त्वाची पदवी मी केव्हाच पटकावलीय ''आयुष्यभराची ताई!'' ती पदवी मी सदैव जवळ बाळगीन; कारण ती माझ्या अंत:करणावर कायमची कोरली गेली आहे!

— पेनेलॉप मॉहन

हिरे, बहिणी आणि स्पेरीबाई

काही झालं तरी आपल्या सुखदुःखांत कोणीतरी वाटेकरी असणं ही गोष्ट फार समाधानाची असते.

— सेंट जॉन क्रायसोस्टोम

मोठं होत असताना माझी बहीण शेल्बी आणि माझं मुळीच पटत नसे. प्रत्येक गोष्टीत आमचे वाद होत. उदा., डिशवॉशरमधली भांडी काढायची कोणाची पाळी आहे? टी. व्ही. वरचा कोणता कार्यक्रम बघायचा? बाथरूममध्ये आधी कोणी जायचं? माझा निळा स्वेटर तिच्या कपड्यांच्या कपाटात कसा काय गेला? आम्ही बहिणी होतो; पण आमच्यात मैत्री मुळीच नव्हती.

हायस्कूलच्या शेवटच्या वर्षात असताना मॉलमधल्या दागिन्यांच्या दुकानात मला नोकरी मिळाली. साधारण नोव्हेंबरच्या मध्यावर भेटवस्तू बांधायच्या विभागात त्यांना स्टोअरमध्ये कामासाठी आणखी लोकांची गरज होती. शेल्बीला इंटरव्ह्यू देता यावा, अशी मी व्यवस्था केली. आणि तिला ती नोकरी मिळाली.

तिच्याकडे ड्रायव्हिंगचा परवाना नव्हता; मग मीच तिच्या नेण्याआणण्याची सोय केली. नाहीतरी मी तिथेच जाणार होते कामाला. म्हणजे मी काही फारसं वेगळं तिच्यासाठी करणार नव्हते. दोन तारुण्यात पदार्पण करणाऱ्या बहिणी, ज्यांचं आपसात मुळीच पटत नाही अशा आणि भरीस भर म्हणजे दोघीच गाडीत, एकमेकींच्या सहवासात नक्कीच काहीतरी अघटित घडण्याची शक्यता!

ख्रिसमसची पूर्वसंध्या होती. आमच्यात नेमकं काय घडलं होतं त्या दिवशी, मला आठवत नाही. पण मी आणि शेल्बी वाद घालत घालतच घराबाहेर पडलो. वाटभर आमच्यात काही ना काही कुरबुर चालूच होती. मॉलमध्ये पोचेपर्यंत आमच्यात इतका वेळ चालू असलेल्या शाब्दिक चकमकीचं रूपांतर मारामारीत झालं. माझ्या ७१ मर्क्युरी माँटेगोच्या सीटवर बसल्या बसल्या आम्ही एकमेकींना चापट्या मारल्या, ढकललं.

"तू अगदी दुष्ट आहेस," पार्किंग लॉटमध्ये शिरता शिरता मी ओरडले.

"मलाही तू आवडत नाहीस," तिनं प्रत्युत्तर दिलं.

तिचे चमकदार पिंगट केस मी हातात धरून खसकन् ओढले. शेल्बीनं रडायला

सुरुवात केली. तिची समजूत काढण्याऐवजी मी तेथून पळ काढला. गाडीतून खाली उतरून मी दार जोरात आपटलं आणि तिच्या आधी मॉलमध्ये शिरून आमचं दागिन्याचं दुकान गाठलं.

शेल्बी थोड्या वेळानं आली. तिचा चेहरा सुजला होता. डोळे लाल झाले होते. आमच्या वादाच्या खुणा तिच्या गालावरच्या फराट्यात मस्काराच्या रूपात उरल्या होत्या.

डोळ्याच्या कोपऱ्यातून मला दिसलं, की 'मिसेस् स्पेरी'– चायना आणि भेटवस्तूंच्या दालनातील विक्रेत्या– आपल्या हातानं धरून माझ्या बहिणीला स्टोअरमधे घेऊन आल्या.

इंटरकॉमवर ख्रिसमसची गाणी वाजवली जात होती. आणि मागच्या बाजूस असलेल्या भेटवस्तू बांधण्याच्या विभागात शेल्बी काम करत होती. अगदी शेवटच्या क्षणी भेटवस्तू देण्यासाठी खरेदी करणाऱ्यांच्या गर्दीमुळे मी विक्रीविभागाच्या मजल्यावर कामात पूर्णपणे बुडालेली होते. मी खरोखरच कामात इतकी गर्क होते, की बहिणीबरोबरचं भांडण मी कधीच विसरून गेले होते.

आमच्या मालकानं बरोबर पाचच्या ठोक्याला दुकान बंद केलं. शोकेसमधला सगळा मांडून ठेवलेला माल बंदोबस्तात ठेवण्याची आम्हा विक्रेत्यांची एकच गडबड उडाली. मिसेस् स्पेरी नेहमीसारख्याच दुकानाच्या पुढच्या भागात भेटल्या.

दुकानात सगळेच एकमेकांना नावानं संबोधत असत; पण ह्या ऐंशीवर्षीय महिलेला आम्ही मिसेस् स्पेरी असंच संबोधत असू. ड्रॉवर्समधला सगळा माल आम्ही दोघींनी बाहेर काढला. पेंडंट्स, सोन्याच्या साखळ्या, ब्रेसलेट्स, कानातली, पॉकेटनाइव्हज, वॉच फॉब्स सगळं ट्रेमध्ये नीट मांडून ठेवलं.

लॉकरमध्ये ठेवण्यासाठी मी ट्रेज्चा पहिला ढीग उचलला, त्याबरोबरच मला मदत करण्यासाठी मिसेस् स्पेरी पुढे सरसावल्या. व्यवस्थित आकार दिलेली त्यांची नखं माझ्या त्वचेत किंचितशी रुतली.

हातातलं सामान सावरून मी त्यांच्याकडे पाहिलं. त्यांचे फिके निळसर डोळे माझ्या नजरेचा वेध घेत होते. ''मी कधी तुला बोलले का, की मी एकुलती एक आहे म्हणून?'' त्या म्हणाल्या.

माझ्या हातावर त्यांच्या हाताची घट्ट पकड होती. त्यावर एक नजर टाकत मी हात सोडवून घ्यायचा हलकेच प्रयत्न केला. त्या अगदीच लहानखोऱ्या होत्या पाच फूटही नसतील, पण एखाद्या ज्येष्ठ व्यक्तीला न शोभावी अशीच त्यांची पकड होती.

''नाही,'' मी म्हणाले. हे सांगण्याचा त्यांचा रोख मला कळेना.

''माझ्या आईवडिलांना जाऊन खूप वर्ष झाली. माझ्या पतीचं निधन झाल्यालाही जवळपास वीस वर्ष झाली.'' त्या पुढे म्हणाल्या, ''माझे सुखदुःख वाटून घ्यायला मला बहीण असावी, यासाठी मी काहीही दिलं असतं.'' त्यांनी चेहरा खाली वळवला;

पण त्यांना जे काही म्हणायचं होतं, ते माझ्या मनाला तितकंस भिडलं नाही.

"आमचं नाही पटत," मी तक्रारीच्या सुरात म्हणाले, "शेल्बी अगदी त्रासदायक आहे."

मिसेस् स्पेरींचा चेहरा कठोर झाला. त्यांची नखं माझ्या हातात आणखी रुतली. "मग जुळवून घ्यायला शीक; नाहीतर एक दिवस तुझ्यावर पश्चात्तापाची वेळ येईल."

त्यांच्या स्वरातली भावनोत्कटता लक्षवेधी होती. त्यांनी हातावरची पकड सैल केली आणि आम्ही काही न बोलता लॉकरपाशी गेलो.

ख्रिसमसच्या पूर्वसंध्येला दुकानात आम्ही भेटींची देवाणघेवाण केली नाही. पण मिसेस् स्पेरींनी दिलेली भेट अभूतपूर्व होती. बहीण असण्याचं भाग्य नशिबात नसलेल्या व्यक्तीनं मला बहीण असणं ही केवढी दैवी देणगी आहे, याची जाणीव करून दिली होती.

घरी परतताना मी शेल्बीची क्षमा मागितली आणि तिनंही नेमकं तेच केलं. आम्ही सगळे कुटुंबीय त्या दिवशी संध्याकाळी आजीकडे गेलो. ख्रिसमसची जंगी मेजवानी केली आणि मग आमच्या भेटवस्तू उघडल्या.

त्या दागिन्यांच्या दुकानात काम करत होतो त्यानंतरच्या गेल्या वीस वर्षांत आमच्यात कधीच मतभेद झाले नाहीत, असं मी म्हणणार नाही; पण मिसेस् स्पेरींनी सुनावलेले अनुभवाचे बोल कायम माझ्या स्मरणात राहिले. शेल्बीच्या लग्नात आम्ही दोघींनी मजा केली. माझं मन उद्ध्वस्त करणाऱ्या माझ्या घटस्फोटाच्या वेळी आम्ही दोघी बरोबर होतो. तिचा भयानक जीवघेणा आजार, वडिलांच्या खुनाचा धक्का आम्ही दोघींनी एकत्र पचवला. पुढच्या आयुष्यात मुलं होण्याचं भाग्यही आम्हाला लाभलं.

मिसेस् स्पेरींचं वक्तव्य सार्थ होतं. सुखदुःखांत माझ्या सतत बरोबर असणारी व्यक्ती होती शेल्बी– माझी बहीण! ख्रिसमसच्या त्या संध्याकाळी दागिन्यांच्या दुकानात मला एक धडा मिळाला. बहीण असणं ही देणगीच आहे; कोणत्याही दागिन्यापेक्षाही मौल्यवान अशी!

– स्टेफनी वेल्चर थॉम्पसन

दिसतं तेव्हाच पटतं

इच्छित गोष्टींचा खरा आधार असतो श्रद्धा. प्रत्यक्षात दिसू न
शकणाऱ्या गोष्टींचा पुरावा.

— हिब्रूज ११.१

जेव्हा मी तिला प्रथम पाहिलं तेव्हा मला वाटलं, की एक दिवसाचं अख्ख्या जगातलं सर्वांत सुंदर बाळ ते हेच! बेबी फूडच्या डब्यांवर लालचुटुक ओठांच्या, गोबऱ्या गालांच्या आणि गोल आकाराच्या छोट्या डोक्यांच्या 'गर्बर' बेबीचं जे चित्र असतं ना, तशीच माझी पिटुकली बहीण दिसत होती. आई-बाबांनी तिला जेव्हा माझ्याजवळ दिलं, तेव्हा मी तिचं डोकं अगदी नाजूकपणे काळजीपूर्वक हातात धरलं होतं.

जेव्हा आई-बाबांनी तिला माझं नाव फिलिस अनिता मार्टिन ठेवलं तेव्हा त्या दहा वर्षांच्या वयात मला कोण अभिमान वाटला होता म्हणून सांगू! मला माझ्या या बाळाचं फार कौतुक होतं. आईला डायपर्स आणून द्यायला, फिलिसला दूध द्यायला, मध्यरात्री उठून तिच्या फॉर्म्युलाच्या बाटल्या गरम करून द्यायला मी मदत करत असे. फिलिस रात्री रडली, की प्रत्येक वेळी मला जाग येई आणि आईचं थोडं काम वाचवायला मी स्वयंपाकघराकडे धाव घेत असे. त्या दिवसांत आई फारच थकलेली दिसत असे. तिच्या जन्माच्या वेळी आईच्या शरीराचं वाढलेलं आकारमान पाहून मी अगदी आश्चर्यचकित झाले होते. त्या उन्हाळ्यात मी नुकताच बाप्तिस्मा घेतला होता. तो माझा नवा जन्म होता आणि त्याच वेळी झालेला माझ्या बहिणीचा जन्म यांनं माझं जीवन उत्साहानं ओसंडून गेलं होतं.

फिलिस एक वर्षाची झाल्यावर आम्हा दोघींची खोली एक झाली, ती अगदी थेट माझ्या लग्नापर्यंत. मी लग्न होऊन माझ्या स्वतःच्या घरात जाईपर्यंत. ती कायमच माझी छोटी मुलगी आणि सखी होती. माझा भाऊ खरंतर जवळपास माझ्याच वयाचा होता. पण तो सतत माझी पोनी ओढत असायचा, बोटं खुपसून बाहुल्यांचे डोळे ओढून काढायचा, नाहीतर कराटेच्या फटक्यानं हाततरी तोडायचा; पण फिलिसचं तसं नव्हतं. तिनं माझ्या आयुष्यात आनंद निर्माण केला. तिला

माझ्याबद्दल प्रेम होतं. आणि ती भावना एकतर्फी नव्हती.

फिलिस दोन वर्षांची असतानाचा एक प्रसंग मी कधीच विसरू शकणार नाही. तिची छोटी तीनचाकी सायकल चालवत असताना ती आमच्या पुढच्या पोर्चच्या बाजूनं दहा फूट खोल खालच्या दगडी उतरणीवर पडली. गावातल्याच एका छोट्या हॉस्पिटलमध्ये आम्ही तिला दाखल केलं. त्या वेळी तिच्या कपाळावरच्या आणि भुवईवरच्या मोठ्या जखमेला डॉक्टर टाके घालत असताना मी पाहत होते आणि प्रत्येक वेळी त्यांनी सुई खुपसली की भीतीनं माझीच गाळण उडत होती. ती खूप छोटी होती आणि फार घाबरली होती. मला स्वतःला टाक्यांची आणि इंजेक्शनची फार भीती वाटत असूनसुद्धा तिची जागा आपल्याला घेता आली तर किती बरं होईल, असं दहा वेळातरी माझ्या मनात आलं... त्यानंतर मात्र परमेश्वरकृपेनं पुन्हा कधी तिला इतक्या वर्षांत हॉस्पिटलमध्ये जाण्याची वेळ आली नाही.

तिचं बालपण सरलं, तिनं तारुण्यात पदार्पण केलं, यशावकाश ती प्रौढ झाली; पण तिची आणि माझी जवळीक तशीच राहिली. आमच्या भावावर– जिमवरही– आमचं प्रेम होतं; पण खास मुलींच्या म्हणून ज्या काही गमतीजमती असतात, त्यांत त्याला रस नसे. मी तिच्याबरोबर खरेदीला जात असे. तिचं पियानोवादन, बास्केट बॉलच्या स्पर्धा आणि चर्चच्या उपक्रमांनाही मी मोठ्या अभिमानानं तिच्यासोबत जात असे. आमच्या चर्चची ती सुरेख तरुण ख्रिश्चन लीडर होती. उंचीनं फक्त चार फूट अकरा इंच आणि वजन फक्त सत्याण्णव पौंड; पण मनानं फार मोठी असलेली ती एक ख्रिश्चन स्त्री होती.

त्यानंतर फिलिसचं लग्न झालं. यशावकाश ती गर्भवती झाली. तिला प्रसववेदना सुरू झाल्या, त्या वेळी माझ्या दोन छोट्या मुलांसमवेत मी घरीच होते, आई-वडिलांच्या फोनची प्रतीक्षा करत. आई-बाबा तिच्याजवळच होते शेजारच्या गावातल्या स्थानिक हॉस्पिटमध्ये. सकाळीसकाळीच बाबांचा फोन आला,

"एडना, फिलिसची प्रकृती ठीक नाही. तू तिच्यासाठी देवाची प्रार्थना कर. बाळ खूप वजनदार आहे आणि फिलिस चणीनं लहानखुरी आहे. डॉक्टरांना असं वाटतंय, की तिची दृष्टी गमावतेय.''

"काय?'' विश्वास न बसून मी ओरडलेच, "दृष्टी गमावतेय? आणि ती कशानं?''

"डॉक्टर म्हणतात, की प्रसूतीच्या वेळी बऱ्याचदा असं होतं. शारीरिक आणि मानसिक धक्क्यानं.''

हे ऐकून घरात एक क्षणही बसणं मला अशक्य झालं. मुलांना बेबीसिटरच्या हवाली करून मी तात्काळ हॉस्पिटलचा रस्ता धरला. वाटभर मी देवाची प्रार्थना करत होते. दारातून बाहेर पडण्यापूर्वी मी प्रार्थनेचं पुस्तक बरोबर घेतलं होतं. त्यात म्हटलं होतं, की आपल्या प्रार्थनेला देवानं दिलेला प्रतिसाद आपल्यापर्यंत पोचण्यापूर्वीच आपण त्याच्यापाशी आपली कृतज्ञता प्रकट करावी. गाडीतून जाताना सकारात्मक विश्वास आणि असहायपणे केलेली याचना यांत माझं मन हेलकावत होतं. 'परमेश्वरा, फिलिसला तू सुखरूप ठेवलंयस याबद्दल मी तुझी फार फार ऋणी आहे. तिचं बाळ जन्माला येत असताना तुझी कृपादृष्टी तिच्यावर असेलच. पण तिला कृपा करून अंधत्व देऊ नकोस. तिचे डोळे आणि हृदय ह्या मानसिक आघातात सहीसलामत राहू देत. तुझी आमच्यावर कृपादृष्टी असल्यामुळेच केवळ आमचं सगळं सुरळीत चालू आहे. पण तरीही मला फार भीती वाटत्येय. देवा, तिला नेऊ नकोस. तिला उद्ध्वस्त करू नकोस. तिची दृष्टी हिरावून घेऊ नकोस. तिच्या जन्माच्या वेळी ती जशी सुदृढ होती तसंच तिचं बाळही सुंदर निकोप असेल, असा माझा विश्वास आहे. बाळाला आरोग्य दे, शक्ती दे, त्याचा जन्म सुखरूप होऊ दे.' हॉस्पिटलच्या पार्किंग विभागात प्रार्थना करून मी आता गेले. एका नर्सनं मला वर जाण्याचा इशारा केला. तिथे आई-बाबा आणि फिलिसचा नवरा केन तिच्या खोलीबाहेर भकास नजरेनं उभे होते.

"बाळ जन्माला आलंय. मुलगा झालाय,'' बाबा म्हणाले.

"पण तिची दृष्टी गेलीय. तिला काहीच दिसत नाहीये,'' आई म्हणाली. पाण्यानं डबडबलेले तिचे डोळे नकळत वाहू लागले. गालांवरून आसवं ओघळू लागली. मी तिला मिठी मारली. माझ्या खांद्यावर मान टेकून तिनं टाहो फोडला. मलाही रडू आवरेना. बाबा आणि केननं मला आणि आईला जवळ घेऊन सांत्वन

करायचा प्रयत्न केला. पण तरीही अश्रू थांबेचनात.

मानसिक स्थिती ठीक नसल्यानं तिचं वास्तवाचं भान नष्ट झालंय, अशी भीती डॉक्टरांना वाटत असल्याचं बाबांनी सांगितलं. त्यांच्या शब्दांनी माझी संवेदनाच जणू नष्ट झाली. नाही, माझ्या बाळाला शिक्षा देऊ नकोस देवा, फिलिसला काही होऊ देऊ नकोस.

नर्स म्हणाली, ''तुम्ही आत जाऊ शकता.''

''फिलिस,'' दरवाजातून आत शिरता शिरता मी म्हणाले.

''हं,'' ती शून्यात पाहत म्हणाली, ''मी तुझीच वाट पहात होते. हे सगळं फारच कठीण आहे गं!'' तिची रिकामी नजर खोलीभर मला शोधत होती. मी जवळ जाऊन तिचा हात हातात घेतला.

''हां, तू इथे आहेस होय?'' किंचित डावीकडे वळून मी जिथे होते तिथे पाहत ती म्हणाली.

''तू माझं बाळ आहेस,'' मी म्हणाले. ''आणि हे बघ, जरा विचार कर. तुला आत्ता स्वतःचं बाळ आहे.'' बेडजवळच्या टेबलापाशी बसून तिनं पाण्याचा ग्लास कुठे आहे, हे चाचपून पाहिलं.

''हा बघ, इथे आहे.'' मी ग्लास तिच्या हातात देत म्हटलं.

''एडना, तुला सांगितलं का त्यांनी, की माझी दृष्टी गेलीय म्हणून? मला दिसावं अशी माझी फार इच्छा आहे गं! पण मी काय करू? मला फार भीती वाटतेय गं!''

मला क्षणभर काही सुचेना, ''फिलिस,'' मी खाली वाकून तिच्या चेहऱ्यापाशी माझं तोंड नेत म्हणाले, ''काही काळजी करू नकोस, देव तुला बरं करणार आहे. अगं, तू सुखरूप असल्यामुळेच तर मी सारखे देवाचे आभार मानत होते. तुझा पिटुकला छान आहे आणि तू यातून सहीसलामत बाहेर आली आहेस.''

''होय एडना,'' तिनं सुरुवात केली.

क्षणभर मला वाटलं की मी काहीतरी चुकीचं बोलले बहुतेक. ती आता म्हणणार, की ''एडना, ते तुझं देवाचं पुराण मला काही सांगू नकोस. तुला ठाऊक नाही, मी आता आंधळीच झालेय आणि तेच सत्य आहे.''

पण त्याऐवजी ती म्हणाली, ''एडना, तू मला दिसतेयस. तुझा चेहरा मी पाहू शकतेय.''

मग तिनं खोलीवरून नजर फिरवली, ''हा बघ इथे पाण्याचा ग्लास आहे, ते टेबल आहे. हे बघ, मला दिसतंय. ते तिथं दार आहे आणि खुर्चीखाली बघ धुळीचा ससा झालाय.''

तिचं म्हणणं खरं होतं. खुर्चीखाली खरोखरच धूळ होती. ''अगं, तुला

दिसतंय!'' मी ओरडलेच जवळजवळ, जोरात हसत. ''फिलिस, तुला छान दिसतंय
की!''

''मला इतका आनंद झालाय म्हणून सांगू तुला! बाळ किती छान आहे. अगं,
मला आणखी एक बाळ हवंय. अगदी पुढच्याच वर्षी.''

प्रसूतीच्या वेदना न झेपलेल्या स्त्रीचा काही हा आवाज वाटत नव्हता. म्हणजे
तिची प्रकृती अगदी उत्तम होती. मस्त मजेत होती ती. भविष्याचा विचार गंभीरपणानं
करत होती. नर्सनं मान डोलावली. आई-बाबा आणि केन जिथं बसले होते हॉलमध्ये,
तिथे मी धावतच गेले. आम्ही पुन्हा एकदा एकमेकांना मिठ्या मारल्या.

''तिला दिसतंय. देवाचीच कृपा म्हणायची!'' मी म्हणाले.

''परमेश्वरा! तू धन्य आहेस,'' बाबा म्हणाले.

''देव करो नि तसंच होवो,'' आई आणि केननं त्याचा पुनरुच्चार केला.

परमेश्वराच्या अगाध लीलेचं गुणगान करत असताना आम्हा सर्वांच्या डोळ्यांतून
आनंदाश्रू मुक्तपणे वाहत होते.

— एडना एलिसन

ताईची माया

बाबांचा आवाज चढलेला होता. घराच्या बंदिस्त गॅलरीत आम्ही सगळे त्यांच्या समोर उभे होतो. आमच्यापैकी कुणीतरी काहीतरी उपद्‌व्याप केला असल्याचं त्यांच्या चेहऱ्यावरून आमच्या स्पष्ट लक्षात आलं होतं.

''हा उद्योग कोणी केला आहे?'' ते धारदार आवाजात विचारत होते. जमिनीवर खडूनं लहान मुलाच्या हस्ताक्षरात कोणीतरी कलाकारी केलेली दिसत होती, तिकडे आमच्या नजरा वळल्या. असं काही करण्याची आम्हाला मनाई होती. पण तो गुन्हा करताना मला ते स्मरलं नव्हतं.

मला आतून भीतीनं कापरं भरलं होतं. आणि ते कोणाला दिसू नये अशी मी आशा करत होते. बाबांना कळेल का, मी ते केलंय हे? मी भयंकर घाबरले. खरं बोलण्याचे काय परिणाम होतील, ह्याचीही मला मनातून भीती वाटत होती. त्यामुळे माझ्या तोंडून गेलं, ''बाबा, मी नाही केलं.''

बाकीच्यांनीही आपण तो गुन्हा केल्याचं नाकारलं. अर्थात आमच्यापैकीच कोणीतरी ते केलंय हे प्रत्येकजण जाणून होताच. मी तिघांच्यात सगळ्यात धाकटी असल्यानं खरं बोलण्याचं धाडस मला करवलं नाही.

मी काही वाईट मुलगी नव्हते. सरास खोटं बोलण्याचाही माझा स्वभाव नव्हता; पण त्या दिवशीचा बाबांचा तो भयानक उग्र चेहरा पाहून भीतीचा शहारा माझ्या अगदी पार मणक्यांपर्यंत गेला.

खरं बोलण्याचं धैर्य मला गोळा करताच आलं नाही.

त्यांची स्वत:ची अशी काही वागण्याची खास पद्धत असल्यामुळे मी त्यांना लहानपणी घाबरून असे. पण त्याच कारणास्तव ते मला आवडतही असत; कारण त्यामुळे माझ्या मर्यादा आखल्या जात. वास्तविक मी नेहमीच त्यांना खूष करू पाहत असे आणि म्हणूनच बहुधा त्या वेळेस ते सत्य मी त्यांच्यापासून दडवून ठेवलं. ज्या माणसाबद्दल मला आदर वाटत असे, त्याचा विश्वास गमावणं माझ्यासाठी अवघड होतं.

काही न बोलता ते आत निघून गेले, पण काही क्षणांतच बाहेर आले. त्यांच्या हातात एक कागद आणि पेन्सिल होती. गुन्हेगार शोधून काढण्याचा त्यांनी चंगच बांधला होता.

''या पायरीवर काय लिहिलंय, ते तुमच्यापैकी प्रत्येकानं जसंच्या तसं यावर लिहून काढायचं.'' त्यांनी कडकपणे सांगितलं.

मी काही बुद्दू नव्हते. माझी पाळी आली तेव्हा मी हेतुपुरस्सर अक्षर अगदी वेगळंच काढलं. त्यामुळे आमचं हस्ताक्षर त्यांनी जुळवून पाहिलं, तेव्हा आमच्यापैकी ते नक्की कोणी केलंय, ते त्यांनाही सांगता येईना.

वैतागून ते आपल्या वरच्या पायरीवर उभे होते आणि त्यांच्या तीन मुलांकडे निरखून पाहत होते.

''गुन्हा कबूल करण्याची मी तुम्हाला आणखी एक संधी देतोय,'' त्यांनी आम्हाला सक्त ताकीद दिली.

ते काही क्षणच तिथे उभे होते, पण मला मात्र युगानुयुगे उभे असल्यासारखं वाटत होतं. माझा भाऊ आणि माझी बहीण काहीच बोलले नाहीत; यात आश्चर्य करण्यासारखं काहीच नव्हतं. आणि त्यांनी का बोलावं? चूक करणारी मीच होते. कबूल करावं का? कबूल करायला उशीर झालाय का? प्रत्येक वेळी मी धाडस गोळा करत होते. पण पुन्हा कच खात होते. छे! ते भयंकर संतापतील. त्यामुळे पुन्हा घाबरून माझी जीभ घशात जात होती.

''मी सांगितलं त्याच वेळी पुढे येऊन तुम्ही कबूल केलं असतंत, तर मी शिक्षा केली नसती,'' ते म्हणाले.

अरेरे! आपण संधी हातची घालवली. आता फारच उशीर झालाय. गाढव! गाढव! गाढव! मी कबूल करून टाकायला हवं होतं. आता भोगा आपल्या कर्माची फळं! मी मनाशी चरफडले.

बाबांनी आम्हाला घरात नेलं. माझे डोळे पाण्यानं डबडबले होते.

''तुमच्यापैकी कोणीच केलेलं नाही ना हे कृत्य? ठीक आहे, मग आता तुम्हाला सर्वांनाच मार मिळेल.'' बाबांनी जाहीर केलं.

तरीही मी तशीच उभी होते, काहीही न बोलता. मला तर मार मिळायला नको होता . काय करावं मला ते कळेना. ''मी केलं.'' इतक्यात कोणीतरी म्हणालं आणि खात्रीनं ही कबुली माझी नव्हती.

मी आजूबाजूला पाहिलं. मला सू दिसली. ती पुढे आली होती.

आँ? तिनं हे केलं? नाही, तिनं नाही केलं. मी केलं. मी केलेल्या अपराधाचा दोष ती स्वत:वर का घेत होती?

मला अतिशय अपराधी वाटलं, पण अजूनही त्याला तोंड द्यायची मला भीतीच वाटत होती. मी केलेल्या चुकीसाठी माझी बहीण शिक्षा भोगायला तयार झाली होती आणि आता काय करावं ते न कळून मी गोंधळून उभी होते. हा जर डिस्नी मूव्ही असता किंवा मुलांची गोष्ट असती, तर ह्या प्रसंगात किंवा प्रकरणात मी एकदम पुढे

येते आणि चूक कबूल करते आणि बहिणीला मिळणाऱ्या शिक्षेपासून वाचवते, असं झालं असतं. पण हा सिनेमा नव्हता किंवा काल्पनिक गोष्ट नव्हती आणि माझ्यातही तेवढं धैर्य नव्हतं. मी जे काय घडत होतं ते घडू दिलं. बहिणीला शिक्षा मिळाली; कारण मी कबूल केलं नाही.

माझी बहीण आणि मी ह्या प्रसंगावर नंतर कित्येक वर्षं काहीच बोललो नाही. त्यानंतर आम्ही तरुण असताना एकदा दिवाणखान्यात गप्पा मारत बसलो होतो. जुन्या घटनांबद्दल बोलताना ह्या प्रसंगाचा मी उल्लेख केला. आता आम्ही सगळेच मोठे असल्यानं बाबांना आता हे सांगायला काहीच हरकत नाही, असं वाटून मी कबुलीजबाब दिला. मला आठवतंय, बाबा माझ्याकडे डोळे विस्फारून चेहरा पाडून बघत राहिले. ''तू खुशाल तुझ्या बहिणीला शिक्षा होऊ दिलीस तुझ्यासाठी?'' त्यांनी विचारलं. मग अर्धवट चेष्टेच्या स्वरात म्हणाले, ''पण मी काही जोरात मार दिलाच नाही.'' आणि ते हसत सुटले.

माझी बहीण सू या माझ्या कबुलीनं जराही चकित झाली नाही. कारण मी किंवा माझ्या भावाचंच हे कृत्य असणार, हे अर्थातच तिला माहीत होतं. ती माझ्यावर जराही चिडली नाही. तिनं सगळं हसण्यावारी नेलं आणि ती ते नेहमीच करते.

ती नेहमीच माझी पाठराखण करते. माझी काळजी करते. ती माझी जिवलग सखी आहे. त्या घटनेला आता कितीतरी वर्षं झालीत; पण मला झालेली शिक्षा तिला पाहवलीच नसती म्हणून ती तिनं स्वत: भोगली. माझ्यासाठी ती काहीही करू शकते.

आता इतकं मोठं झाल्यावर मी तिच्यासाठी हेच करीन, असं मी आता न कचरता सांगू शकते. आणि हे सांगताना मला फार आनंद होतो.

— लीन एम्. लोम्बार्ड

प्रेम करणारं कोणी

तुमची बहीण अगदी तुमच्यासारखीही असते आणि अगदी वेगळीही.
– एलिझाबेथ फिशेल

खंत वाटणे ही एक कडू गोळी आहे आणि तिची चव चाळीस वर्षांहून अधिक काळ माझ्याबरोबर रेंगाळत राहिली. त्याची सुरुवात झाली १९५८ साली. त्या दिवशी मी आणि माझा नवा मित्र ली दिवाणखान्यात निव्वळ चकाट्या पिटत बसलो होतो. एकीकडे जॉनी मॉथिसच्या रेकॉर्ड्स ऐकत होतो. बाबा कामात होते आणि बाकीचे सगळे टी. व्ही. पाहण्यात गढले होते.

ली आणि मी जेम्स एफ्. बायरन्स हायस्कूलचे ज्युनिअरचे विद्यार्थी होतो. गेल्या काही आठवड्यांपासून एकमेकांना भेटत होतो, समजून घेत होतो.

''शुक् शुक्!''

मी वैतागून भुवया उंचावल्या. वळून माझ्या दहा वर्षांच्या बहिणीकडे– पॅटसीकडे– निरखून पाहिलं. ती दारापाशी घोटाळत होती. ''तुला काय हवंय पॅटसी?''

खोलीबाहेर यायला ती मला खुणावत होती. तिचा चेहरा अगदी विचित्र दिसत होता.

कपाळाला आठ्या घालतच मी हॉलबाहेर आले. माझा हात धरून तिनं स्वयंपाकघरात नेलं आणि दार बंद करून घेतलं.

''काय झालं?'' तिनं माझ्याकडे बघताच मी अगदी न राहवून म्हणाले. मग तिच्या लाल झालेल्या सुजलेल्या डोळ्यांकडे माझं लक्ष गेलं.

''काय झालंय ते तरी सांगशील का?'' मी काळजी वाटून विचारलं. पॅटसी सर्वसाधारणत: कशात कधी नाक खुपसत नाही. वयाच्या मानानं तिला समज जास्त आहे. वाढत्या वयाचे तिच्या मानसिक आंदोलनांचे स्वाभाविक वारे माझ्या परिचयाचे होते. पण असं असूनही दुसऱ्या खोलीत माझी वाट पाहत माझा नवा मित्र बसलेला असल्यामुळे माझी जरा चिडचिडच झाली. ''काय गं?'' मी पुन्हा विचारलं.

अगदी असहायपणे रोखलेले तिचे निळे डोळे पुन्हा पाण्यानं तुडुंब भरले.

''तू प्लीज ली ला विनंती करून त्याच्या गाडीतून माझ्यासाठी दाताचं काहीतरी औषध घेऊन येशील का?'' तिचं नाक फुरफुरत होतं आणि आपला जबडा तिनं हातानं

घट्ट धरून ठेवला होता. तिच्या वेड्यावाकड्या हावभावांवरून तिला किती वेदना होत असतील, याची मला कल्पना आली.

''बाबा पण नेमके आत्ताच बाहेर गेलेत,'' मी कुरकुरले. वैतागले. कारण आमची एकुलती एक गाडी घेऊन बाबा मिलमध्ये गेले होते. पॅटसीनं पुन्हा सूं सूं केलं. त्या दुखण्यातून तिला सुटका हवी होती, हे मला कळत होतं.

मला तिची अगदी दया आली. मान हलवून तिचं काम करण्यासाठी मी वळले.

स्वयंपाकघरातून दिवाणखान्यात येईपर्यंत मी कसंबसं धाडस गोळा केलं; पण ली कडे पाहून माझे शब्द आतल्या आतच जिरून गेले.

बावळट! भित्री! मी स्वतःला दूषणं दिली; पण एका शब्दानं त्याला विचारू शकले नाही.

कोणाकडून मदत घेणं मला जमत नसे. आमच्या छोट्या गावाच्या क्षितिजावर त्यावेळी वॉलमार्ट किंवा सेव्हन एलेव्हन या दुकानांचा उदय झालेला नव्हता. म्हणजे हे जरा मोठंच काम झालं असतं. ली आणि मी एकमेकांना नवखेच होतो. त्याला काय वाटेल? आता विचार केल्यावर वाटतं, की त्यानं ते काम नक्कीच केलं असतं.

पण १९५८ साली मी आणि आत्मविश्वास यांचा जरा छत्तीसचाच आकडा होता. संध्याकाळी पुन्हा एकवार पॅटसी माझ्या नजरेला पडली, दारामागून मला न्याहाळताना! ती खरंच दीनवाणी झाली होती. मी पुन्हा एकदा ते शब्द उच्चारायचा प्रयत्न केला, पण ते आतल्या आत विरघळूनच गेले. प्लीज, पॅटसीच्या वेदना थांबू देत. मी मनातल्या मनात प्रार्थना करत होते. पण मला हेही कळत होतं, की हे पळपुटेपणाचं आहे.

थोड्याच वेळानं आमची एक मावशी आम्हाला भेटायला आली आणि पॅटसीच्या वेदना कमी व्हाव्यात म्हणून जवळच्याच एका मैत्रिणीकडून दातदुखीवरचे ड्रॉप्स आणायला ती झटकन् पॅटसीला घेऊन गेली.

तिच्या निःस्वार्थीपणानं माझ्यातली अपराधीपणाची भावना मला अधिकच डाचू लागली. किती विश्वासघातकी होते मी, असं मला वाटलं. माझ्या घुमेपणाचं कारण काही मला तेव्हा सापडलं नाही. काही वर्षं ही आठवण अधूनमधून डोकं वर काढत राहिली. मी स्वतःला कितीही सुस्वभावी समजत असले, तरी प्रत्यक्षात एका पातळीवर मी अगदी थंड भावनाशून्य होते, अशी मला आतून कुठेतरी टोचणी लागलेली होती. काळाबरोबर हे कृत्य मला अधिकाधिक दुष्टपणाचं वाटत गेलं.

जसजसा काळ जात होता, तसतसं मी बहिणीबाबत घडलेल्या चुकीची भरपाई करायचा प्रयत्न करत होते. तीच माझी बहीण आम्हा भावंडांसाठी आमच्या वाढदिवशी केक्स बनवत असे आणि मी मात्र वाढदिवसाच्या तारखासुद्धा लक्षात ठेवण्याचे कष्ट घेत नसे. आमच्या दोघींच्या प्रेमळपणाची चढाओढ ठेवली, तर ती एका हातानंसुद्धा मला हरवील. माझं समर्थन करण्यासाठी मी खूप धडपडले; पण त्या कलंकापुढे माझे सगळे प्रयत्न अपुरे

पडले. माझ्या त्या वागणुकीचं कारण पौगंडावस्थेतील असुरक्षित भावना होती, हे मला समजलं; पण ते काही बहिणीचा विश्वासघात करण्याचं समर्थन होऊ शकत नव्हतं. माझ्या त्या तशा वागण्याची जबाबदारी माझीच होती.

अलीकडेच एकदा माझा फोन खणखणला. पॅटसी आता एका बाप्टिस्ट मिनिस्टरची पत्नी आहे. तिनं तिच्या चर्चच्या एका खास कार्यक्रमाचं मला निमंत्रण देण्यासाठी फोन केला होता. त्यांच्या कार्यक्रमांना आम्ही नेहमीच हजेरी लावतो. त्यामुळे मला त्याचं काही विशेष वाटलं नव्हतं. त्या दिवशी पॅटसी एक पुरस्कार द्यायला उभी राहिली, तिच्या आयुष्यातल्या खास व्यक्तीसाठी.

"सूझी," ती वळली आणि माझ्याकडे पाहून हसली, "प्लीज, उठून उभी राहतेस?"

माझे पाय लटपटले. म्हणजे ती माझाच सत्कार करणार होती की काय, हे लक्षात येऊन! मला आत कुठेतरी चक्क भीती वाटली. मी चक्क घाबरलेच. तिच्या गोड आवाजात तिनं बोलायला सुरुवात केली.

"माझी बहीण सूझी आणि मी आमची मैत्री अगदी घट्ट आहे. आम्ही बरोबरच वाढलो. काहीही झालंतरी ती सतत माझ्या पाठीशी असते." तिच्या चेहऱ्यावर जसजसं हसू फुलत होतं, तसतशी मी खचतच होते. "काही वेळा मोठ्या बहिणी दुष्टपणानं वागतात; पण ती माझ्याशी कधीच तशी वागली नाही. उलट, तिच्या प्रत्येक गोष्टीत ती मला सामील करून घेत असे. तिच्या मित्रपरिवारात रेंगाळायला तिनं मला कधीच आडकाठी केली नाही. बाबा कामाला जात, तेव्हा आम्हा भावंडांची काळजी तीच घेत असे. देवानं जणू खास माझी काळजी घेण्यासाठीच तिला पाठवलं असावं, असं मला वाटत आलं आहे आणि अशा बहिणीशिवाय आयुष्याची कल्पना मी करूच शकणार नाही."

माझ्याबद्दल अशाच काही इतर चांगल्या गोष्टी ती सांगत असताना धरणीमाता आता आपल्याला पोटात घेईल तर बरं, असं मला वाटून गेलं. शेवटी तिनं म्हटलं, १ "बऱ्यावाईट गोष्टींतून मार्ग काढताना ती नेहमीच माझ्या जवळ होती, याचा मला फार आनंद आहे. ताई, मी तुझी ऋणी आहे.'' तिनं दिलेलं सुंदर प्रशस्तिपत्रक मला पेलवेना.

अश्रूंमधून वाट काढत मी तिच्याकडे पाहिलं. मला कळवळून म्हणावंसं वाटलं, ''तू मोठी चूक करते आहेस. ह्या सन्मानाला मी पात्र नाही.'' मला स्वत:चाच तिरस्कार वाटला.

प्रीस्टच्या आशीर्वादानंतर मी तिला बाजूला घेऊन म्हटलं, ''पॅट, खूप वर्षांपूर्वीच्या त्या प्रसंगाबद्दल मला तुझी क्षमा मागायचीय. मी तुला त्या वेळी दातदुखीवरचं औषध आणून दिलं नाही त्याबद्दल.'' आणि मी थांबले. माझ्या काळजाची धडधड वाढली. इतका वेळचा तिच्या डोक्यातला तो आदर कमी होत होत नाहीसा होण्याची मी वाट पाहू लागले. पापाची कबुली दिली की आपल्या आत्म्याला शांती मिळते, असं ज्यानं कुणी म्हटलं होतं, तो माझ्याइतका वाईट नसणार!

पॅटसी बराच वेळ माझ्याकडे पाहतच राहिली. ''केव्हा?'' मी डोळे मिचकावले. मग श्वास घेऊन पुन्हा म्हटलं. ''तू... तुला खरंच आठवत नाहीये?''

''नाही.''

पण मला आठवत होतं ना स्पष्ट! ''मी तेव्हा चुकले होते. क्षमा कर मला.'' मी तिचा हात धरला. ''प्लीज, मला क्षमा करशील ना?''

तिनं मोठ्या मायेनं माझा हात दाबला, ''ठीक आहे,'' ती पुटपुटली. मग खांदे उडवून म्हणाली, ''पण मला खरंच आठवत नाहीये.''

वॉव! मला उड्या मारव्याशा वाटत होत्या, पण मला ते जमलं नसतं हे मला माहीत होतं. अचानक माझा सारा दिवस चॉकोलेट फजसारखा गोड गोड होऊन गेला. मी आणि माझी बहीण पूर्वी सुट्टीत बनवायचो अगदी तस्साच!

''पॅटसी, मी तुझी फार आभारी आहे.'' एकाएकी मला अगदी हलकंहलकं मुक्त आणि छान वाटू लागलंय. माफी मिळाल्यासारखं!

''अगं, पण कशाबद्दल?''

मी माझे हात तिच्या खांद्याभोवती टाकले आणि आम्ही बाहेर आलो. स्वच्छ लखलखीत सूर्यप्रकाशानं दिवस न्हाऊन निघाला होता.

''सर्व विसरून जाण्याइतकं प्रेम असल्याबद्दल!''

— एमिली सू हार्वे

भेट

विचारांची देवाणघेवाण करणारी दोन मने दोघांनाही कणखर बनवतात.

– अन्ना ली वाल्दो

गेल्या वर्षीच्या ख्रिसमसमध्ये माझा नवरा आणि मेव्हणे यांनी आम्हा दोघा बहिणींना सारखीच भेट दिली. त्यांनी आमच्यासाठी औषधी पाण्याचे झरे असलेल्या एका ठिकाणाची चार दिवसांची सहल ठरवली होती. फक्त आम्हा दोघींसाठीच त्या दोघांनी एकत्रितपणे (आम्ही एकमेकींपासून बाराशे मैल लांब राहतो.) आम्हाला कळू न देता ह्या विलक्षण सहलीचा बेत केला होता. खरं म्हणाल, तर ती आमच्यासाठी खास भेट होती. कारण त्या दोघांनी तसं करणं हे आम्हाला अनपेक्षितच होतं. वर्षाच्या सुरुवातीलाच आईचं निधन झालं होतं. त्यामुळे बहिणी म्हणून आम्ही दोघींनी एकमेकींच्या संगतीत वेळ घालवण्याची आमची असलेली आत्यंतिक गरज त्यांनी ओळखली होती.

तिथला तो अनुभव, तो काळ, तो शांतपणा, तो आराम, एकमेकींचा तो सहवास आणि हो, अगदी तिथले व्यायामसुद्धा आम्हाला सहजासहजी विसरता येणार नाहीत. आमची अगदी छानच बडदास्त ठेवली गेली होती. चार दिवस आम्हाला कपडे धुवावे लागले नाहीत. स्वयंपाक नाही. किराणामालाची खरेदी नाही. कारपूल नाही. प्लेट्स धुणं नाही, बाथरूम घासणं नाही. अंथरूण घालणं नाही. कुत्र्यांना फिरायला नेणं, छोट्यामोठ्या कामांसाठी बाहेर जाणं इ. काही काहीसुद्धा नाही. आम्ही लहान असतानाच्या आमच्या कल्पनाविश्वातल्या राजकन्या असल्यासारख्याच आम्ही वावरत होतो. एकमेकींना आपली गुपितं सांगणाऱ्या, क्षणात हसणाऱ्या तर क्षणात रडणाऱ्या आणि मस्त लोळणाऱ्या अशा दोन छोट्या बालिकाच होतो आम्ही त्या चार दिवसांत! ही असली काही अपूर्व भेट आम्हाला मिळेल असं आम्हाला स्वप्नातसुद्धा कधी वाटलं नसेल! आम्ही ते कधी मागितलं नव्हतं. आणि त्या योग्यतेच्या आपण आहोत असंही आम्हाला कधी वाटलं नव्हतं. पण आम्ही त्या भेटीचा स्वीकार केला, आनंदाश्रूंसकट!

तिथे स्पामध्ये पुरवल्या जाणाऱ्या विविध सेवांच्या मेन्यू कार्डातून आपल्याला हव्या असलेल्या सेवा निवडणं हीदेखील मोठीच आनंददायक गोष्ट होती; कारण तिथे फेशिअल्स, मसाज, वैयक्तिक प्रशिक्षणाची सेशन्स, लेक्चर्स, एरोबिक्सचे वर्ग आणि इतरही अनेक सुविधा होत्या. त्यांतून हव्या त्या निवडताना आम्ही पार गोंधळूनच गेलो होतो. मग अशाच काही ताण हलक्या करणाऱ्या आणि आव्हानात्मकही अशा मला सोयीच्या वाटणाऱ्या पाच-सहा सेवा मी निवडल्या आणि बहिणीनंही तिच्या आवडीच्या निवडल्या. आम्ही दोघींनीही निवडलेली एक समान गोष्ट म्हणजे एक्सफोलिएटिंग बॉडी स्क्रब. त्यासाठी एकेका स्वतंत्र खोलीत आमच्यातली प्रत्येकजण गेली. तिथे शरीरावरची सर्व त्वचा घासून इतकी स्वच्छ करण्यात आली, की त्वचेवरच्या सर्व मृत पेशी निघून गेल्या. मग उरली ती स्वच्छ शुद्ध मऊ नवी त्वचा. हे असलं मी पूर्वी कधीच अनुभवलं नव्हतं. सर्व शरीर असं स्वच्छ करण्याचा फायदा मला करून घ्यावासा वाटला!

ही अशी ख्रिसमसची अनोखी भेट देण्यामागे आमच्या नवऱ्यांचा काय हेतू होता, ते मला हा असा फायदा घेताना त्या क्षणी लक्षात आलं. मला आणि माझ्या बहिणीला त्या अशा अंतर्बाह्य स्वच्छतेची गरज होती. अर्थातच भावनिक दृष्ट्या! वेदना, यातना, आईला गमावल्याचं दुःख या सर्वांपासून आम्हाला मुक्त व्हायची गरज होती. आम्हा बहिणींमध्ये असलेलं शुद्ध, निर्मळ, हळुवार नातं पुन्हा एकवार शोधण्याची गरज होती. आम्हाला मिळालेली ती अनोखी भेटच होती. आम्ही त्या योग्यतेच्या नसतानाही, अनपेक्षित, न मागता मिळालेली; पण आम्ही ती भेट स्वीकारली, आनंदाश्रूंसह.

बहिणींनी एकमेकींच्या सहवासात वेळ घालवणं ही अगदी सुयोग्य भेट होती. खऱ्या प्रेमाची!

— बार्बरा लुंडी

एलिझाबेथ आणि व्हर्जिनिया

बहीण आपल्या शैशवाचाच एक हिस्सा असते, जो कधीही हरपत नाही.

– मेरियन सी. गॅरेट्टी

आपल्याला पुन्हा दिवस गेलेत हे कळल्यावर माझी मुलगी आणि तिचा नवरा यांना धक्काच बसला होता. त्यांना तीन वर्षांची आणि एक वर्षांची अशा दोन मुली होत्या.

''मला आता आयत्या वेळचं रहस्योद्घाटन नको,'' असं ती पहिल्या सोनोग्राफीला जाता जाता हसत म्हणाली. ''मुलगी का मुलगा ते मी आत्ताच विचारून घेणार आहे.''

त्यानंतर एक तासाभरानं ती मागच्या दरवाजातून आत आल्याचं मला ऐकू आलं आणि मीही घाईघाईनं माझं पुढलं नातवंड नात आहे की नातू, हे जाणून घ्यायला स्वयंपाकघराकडे निघाले. पण तिच्या चेहऱ्याकडे पाहून मला काहीतरी बिनसल्यासारखं वाटलं.

''काय गं, ठीक आहेस ना? मुलगा की मुलगी?'' मी विचारलं.

बधिरपणानं तिनं मान हलवली.

''मुलगी,'' ती पुटपुटली आणि दोन बोटं हलवत म्हणाली, ''आणखी दोन मुली.''

मी सुस्कारा सोडून हसले. चार वर्षांच्या आतल्या चार छोट्या मुली. (त्यांतल्या तीन दोनाच्या आतल्या) खूप मजा येईल. आम्ही मदतीला आहोतच की, अशी मी हमी भरली.

आमच्या दोन्हीकडच्या कुटुंबांत इतकी भावंडं नव्हतीच; त्यामुळे सगळ्यांच्या दृष्टीनं त्याला खूप महत्त्व प्राप्त झालं. जुळी असतील तर काय काय मदत लागेल, या विषयावरचं जे मिळेल ते ते साहित्य आम्ही वाचून काढलं. आणि सगळ्या गोष्टी दोन दोन खरेदी केल्या. माझ्या लवकरच ध्यानात आलं, की एका बेबी ड्रेसपेक्षा आणखी मोहक काही असेल तर दोन बेबी ड्रेस.

पोटातल्या दोन बाळांना सांभाळत दोन छोट्यांच्या मागे धावायला लागत असल्यानं हे गर्भारपण अवघड होतं, पण आरोग्यपूर्ण होतं. तिला कबूल केल्याप्रमाणे आम्ही सगळे जोमानं कामाला लागलो. थोड्याच अवधीत दोन बाळांसाठी अगदी सुसज्ज असलेली खोली तयार झाली. सुरुवातीचे काही आठवडे धावपळीचे आणि गडबडीचे असतात, दमवून टाकणारे असतात. त्यासाठी एक रात्रपाळीची नर्स आम्ही आधीच सांगून ठेवली. आवश्यक ते पौष्टिक पदार्थ करून फ्रीझमध्ये भरून ठेवले. मग माझ्या नाती, त्यांची चुलत-मामे-आत्तेभावंडं, काका-मामा-मावश्या सगळ्यांचे डोळे त्या दोन छोट्या जुळ्या बहिणींच्या आगमनाची वाट पाहू लागले, पण तरीही माझ्या मुलीला काही अजून ही गोष्ट पचवता येत नव्हती. त्यामुळे ह्या गोष्टीने तिला अगदी वेड लागायची वेळ आली असल्याचं तिनं अखेर कबूल केलं. त्या दोघींचे एकमेकींशी कसे संबंध असतील? त्यांच्यातली एक अधिक चांगली, तरतरीत आणि सुंदर असली तर? त्या दोघीही अगदी तंतोतंत एकमेकींसारख्या असल्या तर? सगळंच विचित्र!

अखेर तो दिवस उजाडला. एलिझाबेथ आणि व्हर्जिनिया एक महिना अगोदरच जन्माला आल्या. अगदी सुदृढ आणि सुंदर! त्या दोघीही त्यांच्या मोठ्या बहिणीप्रमाणे मुळीच नव्हत्या. पण त्या दोघींच्यात विलक्षण साम्य मात्र होतं. सगळ्याच बाबतीत त्यांच्यात साम्य होतं. मग नर्सनं आम्हाला सावध केलं. त्यांना ओळखण्यासाठी म्हणून निळी पिन किंवा पायाच्या नखांना काहीतरी रंगीत खूण करण्याची सूचना केली. कारण एकदा घरी आल्यावर ए बेबी किंवा बी बेबी अशी ब्रेसलेट्स त्यांच्या हातात असणार नव्हती.

आपल्या बाळांना प्रत्यक्ष पाहिल्यावर माझ्या मुलीला प्रेमाचं भरतं आलं. आणि ते नैसर्गिकच नव्हतं का? पण तरीही या दोन पिटुकल्या प्रतिकृतींकडे बघताना तिच्या डोळ्यांत दिसणारी काळजीची छटा माझ्या नजरेतून सुटली नव्हती. तिच्या सुखरूप प्रसूतीबद्दल आम्ही सर्वांनीच परमेश्वराचे आभार मानले. त्या दिवशी दवाखान्यातून घरी परतताना मी पुन:पुन्हा देवाची प्रार्थना करत होते, की माझ्या मुलीला सतावणारे ते चिंतेचे कृष्णमेघ लवकरच नष्ट होओत! दोन विलक्षण साम्य असलेल्या जुळ्या बहिणी ही जगातल्या इतर कित्येक सर्वसाधारण गोष्टींप्रमाणेच एक गोष्ट आहे हे तिच्या लवकरच लक्षात येईल, हे मला कळत होतं; पण शेवटी काही झालं तरी मी तिची आई होते ना! त्यामुळे ही गोष्ट लवकरात लवकर व्हावी, असंच मला वाटत होतं.

संध्याकाळी मी जेव्हा पुन्हा दवाखान्यात गेले, तेव्हा त्यांच्या जुळेपणाच्या गोष्टींकडे तिनं माझं लक्ष वेधलं. उदाहरणार्थ, केसांचा कुरळेपणा, कानांचा आकार आणि बोटांची नखं इत्यादी. तिची काळजी एकूणच जरा कमी झाल्यासारखी वाटली

''अगं आई, तू गेल्यावर आज एक मजेदार गोष्ट झाली.'' तिनं सांगितलं.

ती गोष्ट सांगत असतानाच मी व्हर्जिनियाला उचलून घेतलं आणि एलिझाबेथ तिच्या हातात होती.

''त्या गिफ्ट शॉपमध्ये दोन जुळ्या बहिणी स्वखुशीनं काम करतात आणि आज त्यांचा वाढदिवस आहे. त्या आज चौऱ्यांऐशी वर्षांच्या झाल्या. आम्ही बाळांना आणि तुला पहायला आलो तर चालेल का, असं त्यांनी विचारलं. त्या दोघी अजूनही सारख्या दिसतात आणि त्या जुळ्या असल्याचा त्यांना काही विलक्षणच आनंद आहे. असं त्या म्हणाल्या.'' हे सगळं आठवून हातातल्या एलिझाबेथकडे पाहून ती मजेत हसली, आणि म्हणाली, ''त्या दोघी बायका अगदी टापटिपीच्या होत्या.''

माझ्या मुलीचं बोलणं ऐकून मला वाटलं, हा काही योगायोग म्हणायचा, की माझी ती आळवणी ऐकून देवानं दिलेला प्रतिसाद?

पण माझी ही शंका मिटवून टाकण्यासाठीच की काय, मुलगी पुढे म्हणाली, ''आणि आई त्यांची नावं होती, एलिझाबेथ आणि व्हर्जिनिया!''

— मागरिट कनिंगहॅम

मीच माझी बहीण

कुटुंबासमवेत असताना किंवा समाजात वावरताना आपल्या बहिणी आपले आरसेच असतात. आपण कोण आहोत ते किंवा जे होऊ शकू, ते प्रतिबिंब दाखवणारे!

– एलिझाबेथ फिशेल

तो गजबजलेला रस्ता ओलांडत असताना मी माझ्या बहिणीला न्याहाळले. मजेत पावलं टाकत येणारी, उधाण वाऱ्याला प्रतिकार करताना डोकं किंचित झुकवून चालणारी. वाहतुकीची वर्दळ असलेल्या ह्या गावात रस्ता अतिशय काळजीपूर्वक ओलांडायला हवा, याची तिला आठवण करून देण्याची मी मनातल्या मनात नोंद करून ठेवते.

पण भेटताक्षणीच एकमेकींना मिठी मारून गप्पा मारायला बसल्यावर ती अर्थातच माझी ही सूचना उडवून लावेल आणि आज दुपारी बोलायलाच हव्यात अशा कोणत्या महत्त्वाच्या गोष्टी तिच्या कार्यक्रमपत्रिकेवर असतील, त्यांनाच ती हात घालेल. कारण हातातली सारी कामं टाकून कॉफी पिण्याचा हा योग आम्ही मोठ्या कष्टानं जुळवून आणलेला असतो! तेव्हा रस्ता कसा ओलांडायचा, ह्या मुद्द्याला या चर्चेत प्राधान्य नसणारच.

रूथी ही काही माझी निव्वळ मोठी बहीण नाही. ती आहे माझ्या स्वाभिमानाचं बदललेलं रूप, माझी विश्वासपात्र सखी, माझा आरसा; पण माझ्या अगदी पूर्णपणे विरुद्ध आणि माझी प्रतिवादी! तिच्याशिवाय माझ्या आयुष्याची मी कल्पनाच करू शकत नाही. तिच्या पाठीवर दोन वर्षांनी माझा जन्म झाला; त्यामुळे त्या क्षणापासून ती सतत माझ्या अवतीभवती आहेच. खरंतर एकटं मूल म्हणून लाड करून घेण्याचा तिचा हक्क मी कायमचा हिरावून घेतलाय.

तिचा हक्क हिरावून घेणाऱ्या माझा तिनं तेव्हा कसा छळ केलाय, याचे अनेक किस्से जरी आई सांगत असली, तरीही तिनं तिचं आयुष्य बदलून टाकल्याबद्दल मला कधीच माफ करून टाकलंय. आमच्या बेडरूम्स शेजारीशेजारीच होत्या. कुमारवयातल्या आमच्या भयंकर मारामाऱ्या मला अजूनही आठवतात. धाडकन् दरवाजा आपटणे हीतर नित्याचीच बाब होती. एकमेकींच्या अंगावर धावून जाऊन

''तू चालती हो इथून,'' असं आम्ही ओरडत असू आणि अर्थातच दहा मिनिटांनी आमची दिलजमाई झालेली असे.

'कोणाकडूनही उसनं घेऊ नका आणि कोणालाही उसनं देऊ नका,' ही शेक्सपिअरची ताकीद बहिणी म्हणून आम्ही कधीच मानली नाही. आमचं जे काही असायचं, ते सार्वजनिक मालमत्ता या सदरातलंच असायचं. अजूनही येताजाता कपड्यांच्या कपाटात म्हणा, ड्रॉवरमध्ये म्हणा, मला रूथीचं काही ना काही– स्कार्फ, ब्रेसलेट, पुस्तकं– असं सापडतच असतं. आमच्या आयुष्यातल्या अशा छोट्या-छोट्या गोष्टी एकमेकींच्या घरात वास करत असतात, याचं मला सतत स्मरण असतं. त्याच्या केवळ कल्पनेनंसुद्धा मी मोहरून जाते.

खरं म्हणजे सर्वचजण आम्हाला म्हणतात, की आम्ही दोघी अगदी एकमेकींच्या विरुद्ध आहोत. आणि कित्येक बाबतींत आहोतही!

रूथीचं वागणं तर्कशुद्ध असतं, तिला कशाचीही चिकित्सा चांगली करता येते. ती समंजस आहे. ती भावनेच्या कधीही आहारी जात नाही. चणीनं लहान आहे, पण ताकदवान आहे. योग्य तो आहार घेण्याबाबत ती अगदी काटेकोर असते. एरोबिक्सच्या क्लासेसला ती अगदी निष्ठेनं जाते आणि फिट राहण्याचा प्रयत्न करते.

माझं धाडस बेताचंच आहे. चाकोरीबद्ध गोष्टीच मला खुणावतात आणि मी त्या करत राहते. एरोबिक्सचा माझा उत्साह फक्त एक आठवडाच टिकतो.

माझी बहीण आमच्या कुटुंबातली विद्वान आहे. तिचं वाचन अफाट आहे. ती वाचायला लागली, की वाचतच बसते. उलट, मी पार्ट्यांना जाते. तिच्यासारखा अभ्यासाचा व्यासंग आणि निष्ठा आपल्यात असायला हवी होती, असं मला वाटतं आणि माझ्यासारखं लोकांत मिसळणं यायला हवं, असं तिला वाटतं.

एकमेकीतील हे शक्तिस्रोत आता आयुष्याच्या मध्यावर आम्ही उसने घेतलेत. अतिशय उत्साहानं आणि आनंदानं आम्ही अनेकदा आमच्या भूमिका बदलतो.

आजकाल माझ्या बहिणीकडे अनेक स्नेहभोजनं होत असतात, तेव्हा तेथे मी उपस्थित असते आणि एका कोपऱ्यात उभं राहून वेगवेगळ्या प्रकारच्या स्वभावाच्या माणसांचं आतिथ्य माझी बहीण इतक्या सहजतेनं कसं काय करू शकते, याचं आश्चर्य करत असते.

पुस्तकांविषयी आत्मीयता बाळगणाऱ्या एका ग्रुपची मी सध्या सदस्य आहे. रूथीनं त्याचं सदस्यत्व घ्यावं, असं मला मनापासून वाटतं. पण तिला तसं काही वाटत नाही. ती आता मस्त मौजमजेत दंग असते.

ह्या चित्रात काही चुकीचं आहे का?

आम्हालातरी तसं वाटत नाही.

मी आणि माझ्या बहिणीनं एका गोष्टीवर मोठ्या कौशल्यानं विजय मिळवलाय.

इतर कित्येक भावंडांप्रमाणं आमचं नाही, त्यांना त्यावर ताबा ठेवणं जमत नाही. ती गोष्ट म्हणजे आम्ही जशा आहोत तसंच आम्ही एकमेकींना स्वीकारलंय आणि जे शिक्के आमच्यावर कायमचे बसण्याची शक्यता होती, ते शिक्के आम्ही बाजूला ठेवलेत.

पण ते काम काही सोपं नव्हतं. एका रात्रीत ते घडलेलं नाही.

अजूनसुद्धा कितीतरी वेळा आम्हाला एकमेकींच्या गोष्टी अगदीच चक्रमपणाच्या वाटतात. कारण उघड आहे, आम्ही स्वभावानं भिन्न आहोत.

पण रूथी अशीही आहे, की पेटलेल्या कोळशांवरूनसुद्धा ती माझ्यासाठी अनवाणी चालू शकेल. आणि मीही तिच्यासाठी वेळप्रसंगी तसंच करीन.

माझ्या आयुष्याचा आणि माझा स्वतःचा रूथी एक हिस्साच बनलेली आहे. जगातली तीच केवळ एकमेव अशी व्यक्ती आहे, की तिच्याबरोबर माझा गतकाळ आणि माझे आई-वडीलही वाटले गेले आहेत. आमचीच स्वतःची अशी एक खास भाषा आहे, परवलीचे संकेत आहेत, ते कदाचित कुणाला स्पष्ट करून सांगता येणार नाहीत आणि ते बहुधा ''आठवतंय का?'' या शब्दांनी सुरू होतात.

मुख्य म्हणजे आम्ही वेगवेगळ्या असूनसुद्धा आमचं करिअर एकच आहे. हा काही योगायोग नसावा बहुधा! आम्ही दोघीही फ्रीलान्स लेखिका आहोत. नऊ ते पाच अशा ठरावीक वेळात गुंतून पडणं आम्हाला मान्यच नाही. आमची मित्रमंडळीही सामाईक आणि जीवनमूल्यंही सारखीच आहेत. राजकारणातील घडामोडी आणि जागतिक स्थिती यांविषयी आम्ही एकमेकींशी फारसं बोलत नाही. आमचं हसणं, आवाज आणि हो, आमची पावलंसुद्धा सारखी आहेत. आता याला वरदान म्हणायचं की शाप, ठाऊक नाही; पण आमचे पायाचे तळवे अतिशय गोलाकार आहेत.

रूथीचा बऱ्याच वर्षांपूर्वी घटस्फोट झालाय. ती अतिशय स्वावलंबी आहे, प्रथा-रूढी न पाळण्यात तर ती माझ्याही पुढे चार पावलं आहे. पण त्यात मला काही फारसं वावगं वाटत नाही.

आमचा हा जो दुपारचा बहुमोल असा कॉफीचा कार्यक्रम असतो, तो आटोपला की मी धावतपळत घर गाठते. स्वयंपाकपाण्यासाठी, पण याउलट ती मात्र तिच्या निवडक विलक्षण मित्रमंडळींसमवेत रहस्यमय अशी जुनी रेस्टॉरंट्स गाठते.

ज्या गोष्टी आम्ही परस्परांबरोबर वाटून घेतो, त्या या क्षुल्लक फरकांच्या पलीकडच्या असतात.

रूथी आणि मी भांडतोही. ज्येष्ठांच्या संदर्भातही कधीकधी आमचे टोकाचे वाद होतात. मग त्यात अगदी वयोमानाप्रमाणे थकलेल्या आईच्या पुढचे प्रश्न कसे हाताळायचे, या प्रश्नाचासुद्धा समावेश असतो. पण जरी आमच्या पद्धती, आमच्या सवयी आणि आमची मूळची व्यक्तिमत्त्वं यांतला फरक अगदी आश्चर्यकारक असला, तरी आमची अंतःकरणं मात्र एकच आहेत त्यात आहे फक्त भगिनीभाव!

हो, बहिणीच्या नात्यात काही वेगळीच शक्ती असते. ते नातं गुंतागुंतीचंही असतं आणि त्याची श्रीमंतीही काही वेगळीच असते.

आणि ज्या स्त्रीला हे बहीण होण्याचं भाग्य लाभलंय, तिच्याखेरीज ह्या नात्यातलं गहिरेपण कोण बरं अधिक चांगलं समजू शकेल?

— सॅबी फ्राइडमन

कपड्यांचे दोन जोड

कॅथी विद्यापीठात जायला निघाली आणि आम्हाला गदगदून आलं. कॅथीला अर्धी शिष्यवृत्ती मिळाली होती. तिला एक छोटीशी नोकरीही मिळाली होती. एका वयस्क लँडलेडीचे कपडे धुणं आणि निरोप पोचवणं या कामाच्या मोबदल्यात तिनं एक छोटं स्वस्त अपार्टमेंटही मिळवलं होतं. आम्हा सगळ्यांचाच ऊर अभिमानानं भरून आला होता, तरीही मला तेव्हातरी त्यातलं फारसं काही कळत नव्हतं. म्हणजे मला असं म्हणायचंय, की तेव्हापर्यंत तरी कोणी मार्टिन मुलं इतकी मनापासून शाळेत जात असतील, असं मला वाटलं नव्हतं.

माझ्या भावाला– केनला– तर कानाला धरून न्यावं लागे किंवा आईनं त्याला जर उनाडक्या करताना पाहिलं तर आई छडी घेऊन त्याच्या मागे लागत असे. त्याचा मित्र डॉनी याच्याबरोबर अनेकदा तो राफ्टिंग करत असायचा किंवा कुत्र्यांना घेऊन उंदरांच्या तरी मागावर असायचा. माझ्या दुसऱ्या दोघी बहिणी जेनेट आणि पॅट यांना केवळ इतरांच्यात मिसळायला मिळतं, म्हणून शाळा आवडत असे आणि काहीतरी फालतू बाष्कळ गप्पा मारण्याची संधी किंवा आईचा डोळा चुकवून लिपस्टिक वगैरे लावायला मिळे, म्हणून त्या ते शाळेचे तास बहुधा सहन करत.

ह्या उन्हाळ्याच्या अखेरीस आपल्या स्वातंत्र्यावर गदा येणार असं जेव्हा मला कळलं, तेव्हा तर मला धक्काच बसला. एखादं पाच वर्षांचं छोटं मूल म्हणून मला करता येईल तितका हट्ट मी करून पाहिला. मग मी आईला सांगितलं, की ''मी शाळेत काही दिवस जाऊन पाहीन आणि जर मला शाळा आवडलीच तर जाईन.'' शाळेत जाणं हे आपल्या आयुष्याचं ध्येय म्हणून स्वीकारण्यापूर्वी आपलं स्वातंत्र्य असं गमावण्याइतकं त्याचं मोल आहे का, ते मला जाणून घ्यावंसं वाटत होतं. आणि इथे पहावं तर औरच! माझी बहीण स्वखुशीनं शाळेत जायला तयार होती. नुसतं इतकंच नाही, तर त्यासाठी पैसे मोजायलाही तयार होती!

कॅथी विद्यापीठात जाणार होती, त्या वर्षी पैशाची जरा तंगीच होती हे मला चांगलं आठवतंय. मोठ्यांकडून लहानांकडे आलेले, मोठ्या भावंडांना न होणारे असे कपडे आम्ही वापरत होतो. पण एखाद्या मोठ्या संस्थेत जाताना असं करणं काही बरोबर दिसलं नसतं. अशा वेळी नेहमी पुढाकार घेणाऱ्या आमच्या आईनं, वापरलेले

पण आता फॅशनमध्ये नसलेले कपडे शेजाऱ्यांकडून आणले आणि मग तिच्या मशीनची करामत सुरू झाली. कामावरून परत आल्यावर रात्रभर ती मशीनवर काम करू लागली. तिच्या पायमशीनचा खडखडाट आमच्या कानी पडू लागला. दोन स्कर्ट्स, दोन जाकिटं, दोन ब्लाउज आणि दोन पँट्स तिनं शेजाऱ्यांकडून आणलेल्या सूट्समधून आणि तिच्याकडच्या कापडांच्या तुकड्यांतून तिने शिवल्या. चर्च सेल्स आणि जुन्या कपड्यांची दुकानं धुंडाळून तयार केलेल्या ब्लाउजला तिनं माझ्या एका रेशमी कुडत्याच्या कापडाची– तो कुडता मला लहान होतो असं आईला वाटत असे– कॉलर करून जोडली.

मला अतिशय वाईट वाटलं. मी खूप खूप रडले. केवळ माझी बहीण आता लांब जाणार म्हणून नाही, तर माझा तो आवडता ब्लाउजही जाणार म्हणून! पण आईचं हस्तकौशल्य पाहून आम्ही चाटच पडलो. रंग आणि कापड थोडं जुनाट होतं खरं; पण कँथीचा तो ब्लाउज एकदम फॅशनेबल वाटत होता. अशा तऱ्हेनं दोन नवे कपड्यांचे जोड घेऊन ती निघाली.

आमचं आयुष्य नेहमीप्रमाणे चालू होतं. हिवाळ्यातल्या भयानक थंडीत सगळी शेतं गोठून गेली. आमचे पाईपसुद्धा फुटले. बाहेरचं बर्फ गोळा करून शेकोटीवर वितळवून त्याचं आम्ही पिण्याचं पाणी बनवू लागलो. घरातल्या सोयी- सुविधा वापरता येत नव्हत्या. वसंतऋतूपर्यंत कसा तग धरणार? त्याआधीच मी फुटून जाणार, असं मला वाटू लागलं. सॅस्कॅटूनमध्ये कँथीची मात्र मजा असणार! छान उबदार बाथरूम असेल तिची! नव्या मित्रमंडळींसह ती छान उत्तम घरात राहत असेल, अशी माझी कलपना होती; पण मी जेव्हा तिला भेटायला गेले, तेव्हा दोन अगदी छोट्याशा खोल्यांत ती राहते, हे पाहून माझा भ्रमनिरास झाला. तिनं 'घरी परत चलावं' म्हणून मी तिचं मन वळवायचा प्रयत्न केला. नाहीतरी तिची अनुपस्थिती मला फार डाचत होती; पण आपलं काम पुरं करण्याचा निश्चय तिला तडीला न्यायचा होता.

अखेर आम्ही ज्याची वाट पाहत होतो तो वसंतऋतू आला. तळघरातल्या प्रत्येक भिंतीत, प्रत्येक चिरांमध्ये आमच्या बुटांवरचा चिखल भरला. उन्हाळ्यापर्यंत रस्त्यांवरच्या वाहनांच्या चाकांच्या पक्क्या गाडल्या गेल्या. प्रेअरीत अशी म्हण आहे की, ''नीट विचार करून तुमची चाकोरी काळजीपूर्वक निवडा. तुम्हाला काही काळ त्यात व्यतीत करायचा आहे.'' माझ्या बहिणीइतकं ते कोणालाच चांगलं समजलं नसेल.

कँथीनं त्याचा खूप काळ अनुभव घेतला. सॅस्कॅटूनच्या विद्यापीठात ती चार वर्षं माझ्यासारख्या लहान मुलांना कसं शिकवायचं, ते शिकत होती. ती जेव्हा आम्हाला भेटायला आली (अर्थात ती फारच क्वचित येत असे; कारण १२० मैल म्हणजेसुद्धा

खूपच पैशांचा धूर!), तेव्हा तिनं तिच्या आयुष्यातले नवे अनुभव आणि विलक्षण गोष्टी आम्हाला सांगितल्या. पुस्तकांविषयी, माणसांविषयी, ती राहत असलेल्या ठिकाणांविषयी आणि अर्थातच ती कशी राहिली याविषयीही! तिचं जग झपाट्यानं विस्तारत होतं. माझं अजून सारं चिखलातच रुतलेलं होतं आणि तरीही अजून ती रोजच्या रोज तेच दोन कपडे वापरत होती. आईनं तिच्यासाठी शिवलेले.

मुलांसाठी शिक्षण सोडल्यानंतरही मी पुन्हा शाळेत परतायचा निर्णय घेतला, तेव्हा इतर कुणाहीपेक्षा माझ्या कुटुंबियांना आश्चर्य वाटलं. मुलांनी उच्च शिक्षण घेण्याचं आईचं स्वप्न पुरं करण्यासाठी त्याग करायलाच हवा. तिशीच्या पुढच्या माझ्यासारख्या बाईला नीट लिहिता यायला हवं म्हणून शिक्षणाकडे का वळावंसं वाटलं असावं, याचा माझ्या भावा-बहिणींना– अगदी आई-वडिलांनासुद्धा– नीटसा बोध झाला नसावा. कोणालाही कळलं नाही. याला अपवाद फक्त कॅथी!

माझे वर्ग सुरू होण्यापूर्वी माझ्या मोठ्या बहिणीकडून एक पार्सल आलं. त्यात दोन सूट्स होते आणि ब्लाउजेस. आईनं तिच्यासाठी शिवलेले. कॅथीनं पत्रात लिहिलं होतं, ''ते अजूनही वापरता येण्यासारखे आहेत आणि सुदैवानं त्यांची आजकाल पुन्हा फॅशनही आलीय.''

''नीट विचार करून तुझी चाकोरी काळजीपूर्वक निवड. तुला त्यात काही काळ व्यतीत करायचा आहे,'' तिनं म्हटलं होतं.

''मी जाऊन पाहीन आणि मला आवडली, तरच शाळेत जाईन,'' असं म्हणणारी एक लहान मुलगी खूप मेहनत करण्याच्या उद्देशानं पूर्वीप्रमाणेच तिच्या बहिणीनं वापरलेल्या परंपरागत कपड्यांत शाळेत परतली होती. पण आता त्याचं काही विशेष वाटत नव्हतं. मी ते कपडे अभिमानानं अंगावर मिरवेन. बदल आणि तडजोड करावीच लागते. चांगल्या शिक्षणाच्या मार्गावर ती अपरिहार्य असते, हे मी कधीच विसरणार नाही.

– नॅन्सी बेनेट

बेस्ट फ्रेंड्स आणि बहिणी

सुखाच्या दिवसात काय किंवा संकटकाळातही बहिणीसारखी दुसरी मैत्रीण नसते. ती खडतर प्रवासातही उत्साहित करते, भरकटताना मार्गावर आणते, कोसळताना उभं करते आणि उभं राहिल्यावर बळ देते.

– क्रिस्टीना जी. रोसेट्टी

तारस्वरातल्या आवाजानं मला खिडकीकडे खेचून नेलं. पडदे मागे ओढून ब्लाइंड्मधून मी बाहेर डोकावले. माझ्या शेजारणीच्या मुली समंथा आणि रेबेका एप्रिल महिन्यातल्या उबदार हवेत बाजूच्या रस्त्यावरून सायकल चालवत होत्या. दहा वर्षांची समंथा एक पाय टेकवून तिच्या ब्लू माँटन सायकलच्या सीटवरून दुसरा पाय अर्धवट लोंबकळत ठेवून उभी असलेली मला दिसली. आमच्या घरात शिरणाऱ्या रस्त्याच्या समोर ती रेबेकाची वाट पाहत होती. सहा वर्षांची रेबेका तिचाकीवर होती.

एकत्र भेटल्यावर घराच्या दिशेनं दोघी सायकली चालवू लागल्या. रेबेकाच्या तिचाकीपेक्षा समंथाची सायकल भराभर पळत होती. मग पुन्हा पूर्वीप्रमाणेच बहिणीनं तिला गाठण्याची समंथा वाट पाहू लागली. मग पुन्हा एकवार दोघी पुढच्या घराच्या दिशेनं सायकली मारू लागल्या.

आपल्यापेक्षा इतक्या लहान कोणाबरोबर तरी खेळताना समंथाला काही मजा वाटत असेल का, असा विचार माझ्या मनात डोकावला. एकजण तिचाकीवर असताना तिच्याबरोबर तुम्ही सायकलवरून कशी काय रपेट मारू शकता?

मला आणखी अशाच दोघा बहिणींची आठवण झाली, आणि अपराधी भावनेनं माझ्या पोटात ढवळून आलं. मी आणि माझी बहीण.

खरं म्हणजे बहिणीशी मला तसं वागायचं नव्हतं. पण शेल्बीच्या भावना माझ्याकडून दुखावल्या गेल्या. मला तिच्याबरोबर खेळायला मजा येत नसे, इतकंच ते होतं. कारण ती माझ्याहून अडीच वर्षांनं लहान होती. त्यामुळे माझ्या बरोबरीच्या मुलांबरोबर जितकी मजा येत असे, तितकी तिच्या बरोबर खेळताना येत नसे. जेव्हा माझ्याशी खेळायला कोणी नसे, तेव्हाच फक्त मी तिच्याशी खेळायला तयार असे,

ही वस्तुस्थिती होती. शेल्बीबरोबर काहीही करणं हा सगळ्यात शेवटचा पर्याय असे. ''खेळायला येतेस?'' ती विचारी. अपेक्षेनं चमकणाऱ्या निळ्या डोळ्यांनी!

''नाही, मला वेळ नाही,'' माझं उत्तर ठरलेलंच असे. मी अगदी नुसती टी.व्ही. पाहत खुर्चीत लोळत असे तरीही! तिला भिकारसावकार नाहीतर सापशिडी खेळायला हवी असे. ते खेळ खेळण्याचं माझं वय कधीच उलटून गेलेलं होतं. आता विचार केल्यावर वाटतं, की का कोण जाणे, पण मी बहुसंख्य वेळा तिला टाळत असे. दर वेळी माझा असा नकार ऐकून तिचं वाकडं होणारं तोंड मला आजही आठवतंय.

रात्री रहायला माझ्या मैत्रिणी येऊ लागल्या, तेव्हा मी पाचवीत होते आणि शेल्बी दुसरीत. हातात श्रिंकी डिंक्स घेऊन ती माझ्या खोलीचा दरवाजा ठोठावी, ''खेळायला येतेस?''

श्रिंकी डिंक्स शेल्बीला बक्षीस मिळालं होतं आणि काही खास प्रसंगीच फक्त ती ते बाहेर काढत असे. ते देऊ करण्यामागे तिचा खरंच आत येण्याचा हेतू असे, हे माझ्या लक्षात येई.

''ए, उगीच येऊ नकोस हं लोचटासारखी,'' मी ओरडे. दार हळूच ओढून घेताना शेल्बीचा खालचा ओठ थरथरल्याचा भास होई. आसवं परतवून लावताना नाकाची झालेली फुरफुर आमच्या कानावर पडे, पण तिची कीव येण्यापेक्षा मी आणि माझ्या मैत्रिणी हसत हसत गडाबडा लोळत असू.

ती चौथीत गेल्यावर मात्र शेल्बीनं माझ्याशी खेळणं सोडून दिलं. मला वाटतं, तिनं सपशेल हार मानली. अर्थात त्याबद्दल मी कधी फारसा विचार केला नाही. मला त्रास देणं तिनं बंद केल्याबद्दल मला अगदी आनंदच झाला.

कालांतरानं शेल्बीला मैत्रिणी मिळाल्या. त्या सर्वांचा मोठा ग्रुप झाला. त्यांची छान मैत्री होती. त्या सर्व कायम एकमेकींच्या घरी जात किंवा फोनवर बोलत. म्हणजे इतकं, की त्या तिच्या जणू बहिणीच झाल्या होत्या.

सर्व मुलांप्रमाणेच मग आम्हीही मोठ्या झालो. शेल्बी आणि मी वेगवेगळ्या कॉलेजांत होतो. यथावकाश आम्हाला नोकऱ्या मिळाल्या. आमची लग्नंही झाली. आम्ही फार कधी गप्पा मारल्या नाहीत आणि भेटलोही बहुतेक वेळा सुट्टीतच.

पण समंथा आणि रेबेकाला एकत्र खेळताना पाहून माझ्या मनात आलं, की सगळ्याच बहिणी शेल्बी आणि माझ्यासारख्या नसतात. समंथाला तिच्या धाकट्या बहिणीविषयी फार प्रेम होतं. पत्रं आणण्याच्या निमित्तानं मी घराबाहेर आले. ''काय चाललंय मुलींनो?'' मी विचारलं.

घरापुढच्या रस्त्यावरून त्यांनी हात हलवला. त्यांची आई पोर्चमध्ये बसली होती. तिनंही हात हलवला. घरापुढची हिरवळ ओलांडून मी पुढे गेले. आम्ही हवापाण्याच्या गप्पा केल्या आणि मातीतून उगवलेल्या डॅफोडिल्सची चर्चा केली. बाजूच्या रस्त्यानं मुली सायकल चालवू लागल्या. समंथा प्रथम गेली आणि पाठोपाठ रेबेका.

"तुमच्या मुली दोघी अगदी छान खेळतात," मी म्हणाले. "त्यांना सायकल चालवताना पाहून समंथा किती समंजसपणे वागते रेबेकाशी, ते माझ्या लक्षात आलं."

"माझ्या मुलींचं छान पटतं एकमेकींशी बहुतेक वेळा." तिनं मोठ्या विश्वासानं म्हटलं. "मुलींची व्यक्तिमत्त्वं, आवडीनिवडी खरं म्हणजे अगदी वेगळ्या आहेत; पण मी त्यांना परस्परांचं कौतुक करायला शिकवलंय."

त्यापुढे ती जे म्हणाली, ते मी कधीच विसरणार नाही.

"मला वाटतं, तुमच्या बहिणीला तुम्ही नेहमीच 'बेस्ट फ्रेंड' असल्यासारखी वागणूक द्यायला हवी. कारण नाही म्हटलं तरी तुमच्या जीवनात इतर कोणत्याही व्यक्तीपेक्षा तुमच्या बहिणीचाच सहभाग जास्त असणार आहे."

घरी परतताना तिचे शब्द माझ्या मनात घोळत होते. बहीण बेस्ट फ्रेंड? शेल्बी आणि मी नुसत्या मैत्रिणी तरी होतो की नाही, याची मला खात्री नव्हती. कोणीतरी आपल्याबरोबर असावं, आपल्या गोष्टीत वाटेकरी म्हणून असावं, असं मला माझ्या तरुणपणी फार वाटे, त्याची आठवण झाली.

मी आणि बहिणीने एकमेकींशी मैत्री न करून आयुष्याची पस्तीस वर्ष खरोखर वाया घालवली होती; पण अजूनही आमच्या हातात आणखी पस्तीस तरी वर्ष होती की! मी फोनपाशी जाऊन नंबर फिरवला.

शेल्बीनं पलीकडून फोन उचलला.

"खेळायला येतेस?" मी विचारलं.

– स्टेफनी वेल्चर थॉम्पसन